நாங்கள் நாத்திகரானோம்

கோரா

தமிழில்:
டாக்டர் வெ. ஜீவானந்தம்

நியூ செஞ்சுரி புக் ஹவுஸ் (பி) லிட்.,
41-பி, சிட்கோ இண்டஸ்டிரியல் எஸ்டேட்,
அம்பத்தூர், சென்னை - 600 098.
☎: 044 - 26251968, 26258410, 48601884

Language: Tamil

Naangal Naatthigaraanom

Author: **Kora**

Translator : **Dr. V. Jeevanantham**

First Edition : July, 2019

Copyright: Publisher

No.of Pages: 68

Publisher:

New Century Book House Pvt. Ltd.,

41-B, SIDCO Industrial Estate,

Ambattur, Chennai - 600 098.

Tamilnadu State, India.

email: info@ncbh.in

Online: www.ncbhpublisher.in

ISBN. 978 - 93 - 8897 - 337 - 3

Code No. A 4153

₹ 60.00

Branches

Ambattur (H.O.) 044 - 26359906 **Spenzer Plaza (Chennai)** 044-28490027 **Trichy** 0431-2700885 **Pudukkottai** 04322- 227773 **Tanjore** 04362-231371 **Tirunelveli** 0462-4210990, 2323990 **Madurai** 0452 2344106, 4374106 **Dindigul** 0451-2432172 **Coimbatore** 0422-2380554 **Erode** 0424-2256667 **Salem** 0427-2450817 **Hosur** 04344-245726 **Krishnagiri** 0434-3234387 **Ooty** 0423 2441743 **Vellore** 0416-2234495 **Villupuram** 04146-227800 **Pondicherry** 0413-2280101 **Thiruvannamalai** 04175-223449

நாங்கள் நாத்திகரானோம்

ஆசிரியர்: கோரா

தமிழில்: டாக்டர் வெ. ஜீவானந்தம்

முதல் பதிப்பு : ஜுலை, 2019

அச்சிட்டோர்: **பாவை பிரிண்டர்ஸ் (பி) லிட்.,**

16 (142), ஜானி ஜான் கான் சாலை, இராயப்பேட்டை, சென்னை - 14

☎: 044-28482441

All rights reserved. No part of this book may be reprinted or reproduced or utilised in any form or by any electronic, mechanical, or other means, now known or hereafter invented, including photocopying and recording, or in any information storage or retrieval system, without permission in writing from the publishers.

சமர்ப்பணம்

நாத்திகராக வாழ்ந்து காட்டிய
சுயமரியாதைக்காரர்,
கலைஞரின் 'இது கவிதையல்ல'
என்ற நூலை வெளியிட்ட
பகுத்தறிவுவாதி
ரா. லூர்துசாமிக்கு

பொருளடக்கம்

1. நாங்கள் நாத்திகரானோம் — 9
2. ஞானத் தேடல் — 12
3. பெற்றோருடன் மோதல் — 15
4. வேலையிலிருந்து விரட்டப்பட்டேன் — 19
5. சோதனை துவக்கினோம் — 22
6. மீண்டும் பணி நீக்கம் — 25
7. கிராமத்தை நோக்கி — 28
8. நாத்திக விழிப்புணர்வு — 31
9. என் குழந்தைகள் — 35
10. காந்தியைச் சந்தித்தேன் — 38
11. அரசியலில் நுழைந்தோம் — 42
12. காந்தியும் மார்க்சும் — 45
13. பொருளாதார சமத்துவம் — 48
14. நேரடி நடவடிக்கை — 51
15. கட்சியற்ற ஜனநாயகம் — 54
16. கலகக்காரர்கள் சீர்திருத்தக்காரர்களானோம் — 57
17. புதிய ஒளியில் நாத்திகம் — 60
18. நாத்திக மையங்கள் எழுந்தன — 63
19. நாத்திகத்தின் எதிர்காலம் — 66

இந்த நூல்...

இது கோராவின் வாழ்க்கை வரலாறு மட்டுமல்ல, கோராவின் உறுதியான லட்சியப் போராட்ட வாழ்வின் வெற்றிக்கதை. அரை நூற்றாண்டுகால சமூகசேவையின் பதிவு. இந்த வாழ்க்கைப் போராட்டத்தில் வைதீகக் குடும்பத்தில் பிறந்த மனைவி சரஸ்வதி முழுமையாகத் துணை நின்றார். அவரது குடும்பம் முழுவதும் அவரது நேர்மையான நாத்திக வாழ்வில் உறுதியுடன் துணை நிற்கின்றனர். கல்வி, வேலை வருமானம் என ஒவ்வொன்றும் ஒரு நாத்திகனுக்கு இச்சமூகத்தில் பெரும் சவாலாகவே உள்ளது.

நாத்திக வாழ்வுடன் நில்லாத, சமூக சீர்திருத்தத்திலும், காந்திஜியின் விடுதலைப் போராட்டங்களிலும், காந்திஜியின் மரணத்தின் பின் விடுதலை இந்தியாவின் மறுசீரமைப்புப் பணிகளிலும், வினோபாவுடனும் தொடர்ந்து பணியாற்றினார்.

நாத்திக வாழ்வு முறையைப் பரப்ப நாடு முழுவதும் பிரச்சாரம் செய்தார். உலக நாத்திக மாநாடுகளில் பங்கேற்றதுடன் உலக நாத்திகர்களை அழைத்து நாத்திக மையம் துவங்கினார், நாத்திக மையம் விஜயவாடாவில் அவரது புதல்வர்கள், அடுத்த தலைமுறை யினரால் தொடர்ந்து சிறப்பாக நடத்தப்பட்டு வருகிறது. கோரா நாத்திகம் பற்றி மகாத்மாவுடன் உரையாடி அதை நூலாக வடித்துள்ளார். 'நாத்திகர்' எனும் மாத ஏடு தொடர்ந்து நாத்திகம் பரப்பி வருகிறது.

1975 ஜூலை 26 அன்று விஜயவாடாவில் நாத்திக மாநாட்டில் பேசும் போதே மரணமடைந்தார். நாத்திகராகவும், சோசலிஸ்டாகவும், காந்தியராகவும் வாழ்ந்த கோரா இன்றைய தலைமுறைக்கு ஒரு உன்னத வழிகாட்டி.

1. நாங்கள் நாத்திகரானோம்

இது என் வாழ்க்கை வரலாறு. நான் நாத்திகனானேன் என்று பெயரிடுவதை விடவும் நாங்கள் நாத்திகரானோம் என்றே இதற்குத் தலைப்பிடவே விரும்பினேன். என் நாத்திக எண்ணத்திற்கு நானே பொறுப்பு என்றாலும், அதன் முழுமைக்கு என் நண்பர்களும் உறவினர்களும் துணை நின்றுள்ளார்கள். குறிப்பாக எனது மனைவியும், குழந்தைகளும் செய்துள்ள பணியும் தியாகமும் மகத்தானது. எனவே தான் இதற்கு நாங்கள் நாத்திகரானோம் என்று தலைப்பிட்டுள்ளேன்.

என்னை எந்த ஒரு சம்பவமும் திடீரென நாத்திகனாக்கிவிட வில்லை. படிப்படியாகவே நாத்திக உணர்வு என்னில் வளர்ந்தது.

நான் ஒரு ஆத்திக இந்துக் குடும்பத்தில் பிறந்தேன். ஆத்திக உணர்வுடன், மூடநம்பிக்கைகளும் நிறைந்ததாகவே என் இளமைக்காலம் இருந்தது. எனது அத்தை வாரம் இருமுறை தெய்வ வாக்குச் சொல்வார். தெய்வநிலை எட்டும் அவர், அப்போது வாக்குச் சொல்லி, விபூதி வழங்குவார். அப்போதெல்லாம் என் பாக்கெட்டில் எப்போதும் விபூதிப் பொட்டலம் ஒன்று இருக்கும். அது இருந்தால் தேர்வில் வெற்றி பெற்று விடலாம் என்ற நம்பிக்கை. நான் கல்லூரி புகுமுக வகுப்பில் முதல் வகுப்பில் தேறினேன். என் 22வது வயதில் M.A. எழுதும் போது கூட என் பையில் விபூதி இருந்ததுண்டு. எனினும் தேர்வு எழுதிய ஐந்து பேரில் கடைசியாகவே நான் தேறினேன்.

என் குடும்பப் பொருளாதாரம் மோசமாக இருந்தது. எப்படியாவது ஏதாவது ஒரு வேலையில் சேர்ந்து குடும்பத்திற்கு உதவுவது அவசியமானது. எனவே எனது பேராசிரியர் சேசைய்யாவிடம் எனக்கு ஏதாவது ஒரு வேலை; அவர் வீட்டில் வேலைக்காரனாகவாவது ஏற்க வேண்டும் என்று கடிதம் எழுதினேன். அவர் என் மீது இரக்கம் கொண்டு என்னை திருப்பதிக்கு வரச் சொல்லி, வீட்டிலேயே இருக்கச் செய்தார்.

அவர் வீட்டுக் காவல்காரர்தான் எனக்கு பகுத்தறிவுச் சிந்தனையை விளக்கினார். விபூதி மீதான நம்பிக்கை கரைந்தது. தன்னம்பிக்கை வளர்ந்தது. அதை நாத்திகம் என்று கூற முடியாது. அதன் துவக்கம் எனலாம்.

இரண்டு மாதங்களுக்குப் பின் மதுரை அமெரிக்கன் கல்லூரியில் இயற்கை இயல் துறையில் விரிவுரையாளர் பணிக்கு வாய்ப்பு இருப்பது

தெரிய வந்தது. நான் விண்ணப்பித்தேன். என்னுடன் படித்த பிற நான்கு தோழர்கள் விண்ணப்பிக்கவில்லை. அவர்கள் வேறு நல்ல வேலையை எதிர்பார்த்துக் காத்திருந்தார்கள். சேசய்யா மதுரை செல்லப் பணமும், சில புதிய ஆடைகளும் வாங்கிக் கொடுத்து அனுப்பினார்.

மதுரை சென்ற எனக்குத் தங்க இடம் கிடைப்பது சிரமமானது. நகரின் எல்லையில் ஒரு பெரிய வீடு இருப்பதாகவும், அது பேய் வீடு எனவும், அதனால் யாரும் அதில் குடியேற வரவில்லை என்றும் அறிந்தேன். இந்த மூட நம்பிக்கைகளில் எனக்கு நம்பிக்கை இல்லை. எனவே குறைவான வாடகைக்கு அவ்வீட்டில் குடியேறினேன். பதின்மூன்று அறைகளும், இரண்டு பொது அரங்கும் கொண்ட அந்தப் பெரிய வீட்டில், நானும் அந்த பேயும் மட்டும் குடியிருந்தோம். என்னுடன் பணிபுரிந்த பலர் பேயுடனான தமது சொந்த அனுபவங்களைச் சொல்லி அச்சுறுத்தினர். இரண்டு மூன்று மாதங்களில் என் இருப்பால் அச்சம் நீங்கிப் பலரும் குடி வந்தனர். பேய் போனது. மனிதர்கள் கூடி வீடு கலகலப்பானது.

அப்போது அரசுப் பொதுத் தேர்வுக்கு முன் சிறப்புத் தேர்வு வைத்து, பலவீனமானவர்களை வடிகட்டிவிடுவது வழக்கம். இது நியாயமற்ற, மனிதாபிமானமற்ற முறை என நான் கருதினேன். எனவே அத்தேர்வில் என் துறை சார்ந்த அனைத்து மாணவர்களுக்கு நல்ல மதிப்பெண் கொடுத்து பொதுத் தேர்வு எழுத அனுமதித்தேன். கல்லூரி முதல்வர் ரெவரெண்ட் W.W. வாலஸ் புதியவனான நான் ஏதோ முறை தெரியாமல் தவறாக நடப்பதாகக் கருதினார். எனவே மீண்டும் தேர்வு நடத்தி வடிகட்ட உத்தரவிட்டார். ஆனால் நான் அவரிடம் வாதாடினேன். "நான் பாடம் நடத்தினேன். நான் தேர்வு நடத்தினேன். நான் திருத்தி மதிப்பெண் போட்டேன். என் மாணவர்கள் தேர்ச்சி பெறவில்லையானால், நான் பாடம் நடத்தியது தவறு என்றே பொருள்படும். எனக்கு என் மாணவர்கள் மீது நம்பிக்கை உள்ளது. அவர்களை வடிகட்டாமல் தேர்வுக்கு அனுப்ப வேண்டும்" என்று உறுதியுடன் வாதிட்டேன்.

முதல்வர் என் மன உறுதியையும், நம்பிக்கையையும் ஏற்று, அனைவரையும் தேர்வு எழுது அனுமதித்தார். அனைத்துமாணவர்களையும் பல்கலைக்கழகத் தேர்வில் தேர்ச்சி பெறச் செய்வது என் பொறுப்பு என்றும், தவறினால் அடுத்த ஆண்டு முதல் வடிகட்டும் வழக்கத்தை ஏற்க வேண்டும் என்றும் எச்சரித்தார்.

நான் என் மாணவர்களைக் கூட்டி, "நான் என் கடமையை சரியாகச் செய்துவிட்டேன். இனி முயற்சி எடுத்துப் படித்து, எனது

நம்பிக்கையையும் எதிர் பார்ப்பையும் நிறைவேற்றுவது உங்கள் கடமை" என்று அறிவுரை கூறினேன். அனைவரும் வியக்கும் வகையில் எனது மாணவர்கள் அனைவரும் சிறந்த மதிப்பெண்களுடன் தேறினர்.

ஒவ்வொருவருக்கும் உள்ளார்ந்த திறமைகள் உண்டு. அதை வெளிக்கொணர்வதே ஆசிரியர் கடமை. பொறுப்புணர்வும், சுதந்திரச் செயல்பாடும் அதிசயங்களைச் செய்து காட்டும். என் பையில் கிடந்த விபூதிப் பொட்டலத்தை வீசி எறிந்தேன். தன்னம்பிக்கையுடன் நிற்கத் துவங்கினேன். அச்சமும், தோல்வி மனப்பான்மையும் கொண்ட மாணவர்களுக்கு நம்பிக்கையூட்டும் ஆசிரியர்களே தேவை. நான் அவர்கள் அச்சத்தைப் போக்கி வெற்றியாளர்களாக்கினேன்.

அடிமை இந்தியாவில் பிரிட்டிஷ் அரசு, கிறிஸ்துவக் கல்வி நிறுவனங்களையே பெரிதும் ஊக்குவித்து வளர்த்து வந்தது. கிறிஸ்துவக் கல்வி நிறுவனங்கள், கல்வியுடன் மதமாற்றத்தையும் செய்து வந்தனர். முதல்வர் வாலஸ் என்னை அழைத்து நான் மதம் மாறினால் ஏல் பல்கலைக் கழகத்திற்கு முனைவர் பட்டம் பெற அனுப்புவதாகக் கூறினார். மேலும் அறிவியல் துறையின் தலைமைப் பதவியும் கிடைக்கும் என்றார்.

நான் அப்போது முழுமை பெற்ற நாத்திகனாகவில்லை. ஒரு இந்து என்ற உணர்வே ஓங்கியிருந்தது. நான் என் ஜாதிய அடையாளங்களை அதுவரை இழக்கவில்லை. சுத்தமான சைவமாகவே இருந்தேன். பூணூல் கூட அணிந்திருந்தேன். விபூதியைத் துறந்ததுதான் என் மாற்றத்தின் துவக்கம். முழுமையடைய நீண்ட பயணம் தேவை. நாத்திகனாவது எப்படி என்ற தெளிவும் என்னிடம் இல்லை. எனவே ரெவரெண்ட் வாலஸ் என்னை மதம் மாறச் சொன்னபோது, நான் ஒரு இந்துவாகவே கருதி அதை ஏற்கவில்லை. அது இந்துவானாலும் கிறிஸ்துவமானாலும் நாத்திகன் எந்த மதத்தையும் ஏற்க மாட்டான் என்பதே உண்மை நாத்திகம். ஆனால் நான் அப்போது ஒரு இந்துவாகக் கருதியே மதமாற்றத்தை ஏற்க மறுத்தேன்.

மாணவர்களின் வெற்றி எனக்கு பெரும் மதிப்பைத் தந்தது. எனவே எனது பதவிக்கு எவ்வித ஆபத்தும் ஏற்படவில்லை. எனினும் மதம் மாற வேண்டும் என்ற முதல்வரின் வேண்டுகோளை நான் ஏற்காததால் என் வேலைக்கு எப்போது வேண்டுமானாலும் ஆபத்து வரும் என்று நினைத்தேன். அப்போது கோவை விவசாயக் கல்லூரியில் ஒரு வேலை வாய்ப்பு இருந்தது. அதற்கு விண்ணப்பித்தேன். வாய்ப்பும் கிடைத்தது. 1926 மே மாதம் முதல்வர் ரெவரெண்ட் வாலஸ் எனது ஓராண்டு பணி பற்றிய நற்சான்றிதழ் கொடுத்து வாழ்த்தி அனுப்பினார்.

2. ஞானத் தேடல்

நான் கிறிஸ்துவனாக மாற்றப்பட்டு விடுவேனோ என்ற சூழல், என்னை என் பெற்றோரின் மதமான இந்து மதத்தின் பழக்க வழக்கங்கள் பக்கம் தள்ளியது. குழந்தைப் பருவம் முதலே பழகிய தாய்மொழிபோல அவற்றை நாம் கற்றுக்கொண்டு விடுகிறோம். அவற்றின் நிறை குறைகளை நாம் ஆராய்வதில்லை. அதுபோலவே நமது பிறப்பு மதம் சிறந்தது என்பதும் பிற மத நம்பிக்கைகளை இழிவு செய்வதும் இயல்பாகி விடுகிறது. இதுதான் சிலுவைப் போர்களுக்கும், ஜிகாதுகளுக்கும் அடிப்படைக் காரணம்.

கிறிஸ்துவ மதத்தை ஏற்க மறுத்தது என்னுள் பல கேள்விகளை எழுப்பியது. இந்து மதம் என்றால் என்ன? கிறிஸ்துவ மதம் என்றால் என்ன? அவை எவ்விதம் மாறுபடுகின்றன? ஒன்றுடன் ஒன்றை ஒப்பிடுவது எப்படி?

இந்தக் கேள்விகளுக்கு விடைகாண நான் பைபிள், பகவத்கீதை, வேதம், உபநிஷத், குரான் போன்ற மதநூல்களைப் படிக்கத் துவங்கினேன். மாக்ஸ் முல்லரின் கீழைநாடுகளின் புனித நூல்கள் தொகுதியைப் படித்தேன். என்சைக்ளோபிடியா பிரிடானிகாவை மூன்று மாதங்கள் முழுதாகப் படித்தேன். கடவுள், ஆன்மா, மறுபிறப்பு, ஆன்மிகம் போன்றவற்றின் பொருளைத் தேடி அறிந்தேன். என் கல்வி மூலம் ஓரளவு அறிவியல் பற்றி அறிந்திருந்தேன். தத்துவம், சமூகவியல், பொருளாதாரம், அரசியல், மானுடவியல், கலைகள், மனோதத்துவம் பற்றியெல்லாம் படித்தேன். மதம் பற்றியும் அதன் மனோதத்துவம் பற்றியும் அறிய முற்பட்டேன். அதன் மூலம் மக்கள் ஏன் மத நம்பிக்கை கொண்டுள்ளார்கள் என்பதை ஆராய முடியும். இவை பற்றிய ஆழமான அறிவு பெறாவிட்டாலும், இவற்றின் விபரங்களை அறிந்து கொண்டேன்.

இதன் மூலம் எதைப் பற்றியும் ஓரளவு தெளிவுடன் பேச முடிந்தது. சுய சிந்தனையுடன் விளக்கங்கள் பெற முடிந்தது. புத்தகங்களின் கருத்துக்களை அப்படியே பிரதிபலிக்காமல், சுதந்திரமாக அவற்றைப் பயன்படுத்தக் கற்றேன். மதங்கள் கடந்து கடவுளின் பொதுத்தன்மை, தேவை பற்றிய தெளிவு பெற்றேன். கடவுள் எனும் தன்னை மிஞ்சிய ஒரு சக்தியின் தேவை, பழங்காலத்தில் இருந்தது, பின் நாகரிக வளர்ச்சி பெற்ற மனிதன் புத்திசாலித்தனமாக சமூக ஒழுக்க நெறிகளைக் காக்கவும், பலவீனமான மக்கள் கூட்டத்தை ஏமாற்றிச் சுரண்டவுமான கருவியாகக் கடவுளைப் பாதுகாக்கத் துவங்கினான்.

எனது இந்த முடிவுகள் பற்றி மதத் தலைவர்களுடன் விவாதிக்க முயன்றேன். கொழும்புவில் ஆனந்தா கல்லூரியில் தாவரவியல் விரிவுரையாளராக இருந்தபோது, அதை நடத்திய புத்தத் துறவிகளுடன் விவாதிக்கவும், அவர்களின் சமயச் சொற்பொழிவுகளைக் கேட்கவுமான வாய்ப்பைப் பெற்றேன். அங்கு பணியாற்றிய ஓர் ஆண்டு என் அனுபவங்களைச் செழுமைப்படுத்தியது. 1928-ல் இந்தியா திரும்பி காக்கிநாடா ராஜா கல்லூரியில் பணியாற்றினேன்.

மதுரைப் பட்டிணத்தில் நடந்த இந்து மத அறிஞரின் சொற்பொழிவுக்கு தினமும் சென்று வந்தேன். அவர் உரைக்குப் பின் கேள்விகளுக்கு பதிலளித்தார். இந்துக் கடவுளர்க்கு ஆண்பால் குறிப்புகளே தருவதை விட்டு, பொதுப் பாலில் (பிருமா) அழைக்கப்பட வேண்டியது பற்றிக் கேட்டேன். சமஸ்கிருதத்தில் பால் என்பது வார்த்தையளவில் ஏற்கப்பட்டது. பயன்பாட்டுப் பொருளளவில் முக்கியத்துவம் பெறவில்லை. தாரா எனும் வார்த்தை மனைவி என்ற பொருள் கொண்டாலும் அது ஆண்பாலே. நான் வெளிப்படைத் தன்மையுடன் ஆணின் மேலாதிக்கம் காரணமாகக் கடவுளும் ஆண்பால் சார்ந்தவராக மாற்றப்பட்டதன் பொருளாதார, அரசியல், தத்துவார்த்தக் காரணங்களைக் கேட்டேன். ஆனால் அது தவறாகப் புரிந்து கொள்ளப்பட்டது. உரையாளர் உடனே "நீ நாத்திகனா? அப்படியானால் உனக்கு இங்கு இடமில்லை. உடனே வெளியேறு" என்று கோபித்தார். நான் வெளியேறா விட்டால் தான் பேச்சை முடித்து வெளியேறுவதாகக் கூறினார். என்னால் அவர்களின் கூட்டம் தடைபட வேண்டாம் எனக் கருதி நான் வெளியேறினேன். நான் செய்தது சரி எனக் கருதிய வேறு சிலரும் என்னுடன் வெளியேறினர். அடுத்த நாள் அரங்கின் வெளியே "நாத்திகருக்கு அனுமதியில்லை" என்ற அட்டை தொங்கியது.

இப்படிப் பல நிகழ்வுகள். அகராதியில் நாத்திகம் என்பதற்கு கடவுளற்ற தன்மை என்ற பொருளுடன் கெட்டவன் என்ற மற்றொரு பொருளும் தரப்பட்டுள்ளது. இத்தகைய வெறுப்பு வளர்க்கப் பட்டுள்ளதால் தான், காந்தி நாத்திகம் என்னும் வார்த்தைக்கு மாற்றான வேறு ஒரு வார்த்தையைத் தேர்ந்தெடுப்பதன் மூலம் இந்த வெறுப்பையும், மரியாதைக் குறைவையும் தவிர்க்க முடியும் என்று அறிவுரை கூறினார்.

நாத்திகம் ஒன்றே மனிதகுலம் முழுமையையும் ஒன்றுபடுத்தி, முன்னேற்றும் என நான் நம்பினேன். மாற்றங்களை ஏற்க முடியாதவர்களே நாத்திகத்தை எதிர்க்கிறார்கள். தீர்க்கதரிசிகள் என்று போற்றப் படுபவர்கள் அனைவரும் வாழும் காலத்தில் மத எதிர்ப்பாளர்கள் கலகக்காரர்கள் என்றே தூற்றப்பட்டனர், விரட்டப்பட்டனர், கொல்லப்பட்டனர். மோசஸ், ஏசு, முகமது, ஜோனோபார்க், காந்தி என

சமூகம் எதிர்த்து தண்டித்த நீதியாளர்களை வரிசைப்படுத்த முடியும். நாத்திகம் முற்போக்கு சக்தி. அவதூறுகளைக் கண்டு நாத்திகன் அஞ்சக்கூடாது.

எங்கள் திருமணத்தின்போது சரஸ்வதிக்கு வயது 10. வைதீக இந்துக் குடும்பங்களில் குழந்தைகள் திருமணம் இயல்பானது. 1935 திருமணப் பதிவுச் சட்டம் வந்து கட்டுப்படுத்தும் வரை இந்த அநீதி தொடர்ந்தது. எனது மூத்த சகோதரிக்கு 8 வயதில் திருமணம் நடந்தது. சிறுவயதில் கர்ப்பம், வயதுக்கு வரும் முன்பே விதவையாதல் என்ற கொடுமைகள் கேட்பாரின்றி நூற்றாண்டுகளாக மத சம்பிரதாயம் என்ற பெயரில் நடந்தன.

சரஸ்வதி பள்ளிப் படிப்பை விட்டு, திருமணம், வீட்டு மதச் சடங்குகளுக்காகப் பயிற்றுவிக்கப்பட்டார். நான் கோவைக்கு வேலைக்குச் சேர்ந்தபோது சரஸ்வதி என்னுடன் வாழவந்தார். படிப்புக் குறைவாக இருந்த போதும், ஆர்வமும், புரிதலும் கொண்டவராக சரஸ்வதி இருந்தார். நாங்கள் ஒருவரை ஒருவர் புரிந்து கொண்டும், ஒருவருக்கொருவர் உதவிக்கொண்டும் மகிழ்ச்சியாக வாழ்ந்தோம்.

சரஸ்வதி மத சம்பிரதாயங்களிலிருந்து விடுபட்டு நாத்திக வாழ்வுக்குப் பழகினார். கொழும்புவில் நாங்கள் வாழ்ந்தபோது அவர் நான்குமாத கர்ப்பிணி. சூரியகிரகணத்தில் கர்ப்பிணிப் பெண்கள் வெளியே போகக்கூடாது. இருட்டறையில்தான் இருக்க வேண்டும் என்பது சம்பிரதாயம். தவறினால் குறைபிரசவமாகும் என அச்சுறுத்தப் பட்டனர். ஆனால் புத்த மதப் பெண்கள் அந்த நாளிலும் சாதாரணமாகத் தெருவில் நடமாடிக்கொண்டிருந்தனர். அவர்களைப் பாதிக்காத சூரியகிரகணம், இந்துப் பெண்களை மட்டும் பாதிக்கும் என்பது மூடநம்பிக்கையே என உணர்ந்த சரஸ்வதி இதைப் போக்கியாக வேண்டும் என்று கருதி அன்று வெளியே நடந்தார். பின்னர் பிறந்த குழந்தை ஆரோக்கியத்துடனேயே பிறந்தது. பின் பிறந்த எட்டுக் குழந்தைகளும் சூரிய கிரகணத்தை வென்று நன்றாகவே பிறந்து மூடநம்பிக்கையை ஒழித்துக் காட்டினர்.

மூடநம்பிக்கைகளைப் போக்குவதில் சரஸ்வதி ஒத்துழைத்ததுடன் முன்நிற்கவும் செய்தார். மூடநம்பிக்கை ஒழிப்பு நாத்திகத்தின் துவக்கம். அதைத் தொடர்ந்தே, அரசியல், பொருளாதார மாற்றங்களைக் கொண்டுவர முடியும். சரஸ்வதி எமது அனைத்துப் பணிகளிலும் துணை நின்று போராடினார். பலமுறை சிறைக்கும் சென்றார்.

3. பெற்றோருடன் மோதல்

என் முதிய பெற்றோர்கள் காக்கிநாடாவில் வசித்து வந்தார்கள். அவர்களுக்கு சேவை செய்ய வேண்டும் என விரும்பினேன். என் தகப்பனார் கோபராவ் வெங்கட சுப்பராவ் வனத்துறையில் எழுத்தராகிப் பணியாற்றினார். சிவ பக்தரான அவரை நண்பர்கள் அன்பாக சம்போ என்று அழைப்பர். பின் பர்லகேமடி என்ற ஊரில் சிரஸ்தாராக இருந்தார். அங்கு எனது சகோதரரும், சகோதரியும் படிப்பைத் துவங்கினர். அரசு ஊழியரான எனது தந்தை பல இடங்களுக்கு மாற்றப்பட்டதால், என் அத்தை அங்கேயே இருந்து எங்கள் படிப்புக்கு உதவினார். நான் 1902 நவம்பர் 15ல் இப்போது ஒரிசா மாநிலத்தில் உள்ள சத்ரகூரில் பிறந்தேன்.

கடைசியாக எனது தகப்பனார் காக்கிநாடாவில் நிலைத்தார். நானும் என் சகோதரர் நரசிம்மராவும் PR கல்லூரியில் படித்தோம். என் சகோதரர் பொறியாளரானார். தான் சென்னை பிரசிடென்சி கல்லூரியில் MA தாவரவியலில் சேர்ந்தேன். பின் PR கல்லூரியில் தாவரவியல் துவங்கப்பட்டதால் படிப்பை முடித்தவுடன் எனக்கு அங்கு வேலை வாய்ப்புக் கிடைத்தது. எனது பெற்றோருக்கு உதவியாக இருக்கும் விருப்பமும் நிறைவேறியது. நான் மாணவனாகப் படித்த கல்லூரியில் பேராசிரியராகும் வாய்ப்பு மேலும் மகிழ்ச்சி தருவதானது.

எனினும் நாத்திகக் கருத்துக்கொண்ட எனக்கு அங்கு பணிபுரிவது அவ்வளவு எளிதாக இல்லை. பாரம்பரிய பக்தி வாழ்க்கை கொண்ட எனது பெற்றோருடனும் முரண்பாடுகள் ஏற்பட்டது. எனது அத்தை அடிக்கடி அருள்வந்து வாக்குச் சொல்வார். விபூதி பூசுவார். பகுத்தறிவு வெளிச்சம் பெற்ற எனக்கு இது பற்றி விமர்சனப் பார்வை உண்டானது.

எனது தகப்பனார் கடுமையான ஒழுக்கம் பேணக்கூடிய கண்டிப்பானவர். ஆனால் அம்மா மிகுந்த அன்பும், பரிவும் கொண்டவர். எனவே எனக்கு அம்மா மீது மிகவும் பாசம். ஒருமுறை அருள் வந்த என் அத்தை என் அம்மாவை குற்றம் கண்டுபிடித்து ஏசினார். இதைத் தாங்க முடியாத நான் அவர் இருந்த பூஜை அறைக்குள் கையில் தடியுடன் நுழைந்து அவரை அடிக்கவும் முற்பட்டேன். என் அப்பா குறுக்கிட்டதால் நான் பேசாமல் அடங்கினேன். ஆனால் அதன் பின் என் அத்தைக்கு அருள் உண்டாகவில்லை.

இச்சம்பவத்தின் பின் மதங்கள் பற்றியும், இரத்தின தெய்வீக அருள் பற்றியுமான மனவியல் ஆய்வுகளைப் படிக்க முற்பட்டேன் அருள் வாக்கு போன்றவை பலவீனமான மனதின் மாயத்தோற்றம் அல்லது மக்களை ஏமாற்றும் தந்திரம், அல்லது சுயகற்பனை என உணர்ந்தேன். எனவே என் அத்தையின் செயல் எனக்கு மன வருத்தத்தைத் தந்தபோதும், வீட்டின் மூத்தவர் என்பதால் மரியாதையுடனேயே நடந்தேன். இத்தகைய போலித்தனமான, மூடநம்பிக்கைகளால் என் குடும்பம் வெகுவாகப் பாதிக்கப்பட்டிருந்தது. பின் என் அப்பா அத்தையிடம் வெறுப்பு கொண்டார். எனது அத்தை தனது கடைசி நாட்களில் என்னுடன் வசித்தார். 85-வது வயதில் என் வீட்டிலேயே அவர் மரணமடைந்தார்.

அத்தையை விரட்டிய நிகழ்வின் பின் என் அப்பா என்னுடன் சுமூகமாக இல்லை. அத்தை மூலமாகக் கடவுள் தனக்கு வழிகாட்டுவ தாகக் கருதினார். எனவே அத்தையைக் கடிந்தது தெய்வ குற்றம் என்றே கருதினார். மத மூடநம்பிக்கைகளை நான் வெறுத்தேன் என்பது தவிர வேறு தவறு எதுவும் என்னிடம் இல்லை. எனினும் என் தகப்பனார் அதை மன்னிக்கக் கூடிய சிறிய தவறாகக் கருதவில்லை. என்னைப் படிக்க வைத்ததே தவறு என்று என்னை வெறுத்தார்.

ஆவணி பௌர்ணமி அன்று பிராமணர்கள் பூணூல் மாற்றும் நாள். 1928ல் அப்பா எனக்குப் புதிய பூணூல் போடக் கொடுத்தார். அப்போது நான் மதச் சடங்குகளை முற்றாகப் புறக்கணித்தவனாக மாறவில்லை. எனினும் மூடத்தனமான மதச்சடங்குகள் மேல் எனக்கு வெறுப்பு இருந்தது. எனவே என் அப்பாவிடம், “எனக்கு உங்கள் மேல் பெரும் மரியாதை உண்டு. ஆனால் எனக்கு மத நம்பிக்கை இல்லை. மத அடையாளமான இந்தப் பூணூல் மேல் எனக்குக் கடந்த சில ஆண்டுகளாகவே வெறுப்பு உள்ளது. எனினும் போட்டுக் கொண்டிருந்தேன். ஆனால் பழைய பூணூலைக் கழற்றிப் புதியது போடும் இந்த நாளிலிருந்து எனது மனசாட்சிக்கு எதிராக இதை அணிவது கூடாது என நான் நினைக்கிறேன். என் மனம் ஒப்பாத இந்த நூலை நான் அணிய மாட்டேன். மன்னியுங்கள்” என்று கூறினேன்.

என் தகப்பனார் கோபமாக, “நான் உன்னைப் பெற்றவன் எனது கட்டளை. நீ இந்தப் பூணூலை அணிந்தாக வேண்டும்” என்றார். நான் ஒரு முடிவெடுத்தாக வேண்டும். நான் என் மனசாட்சிக்கு எதிராக இதை ஏற்க முடியாது என்று மறுத்தேன். ஆத்திரம் கொண்ட என் அப்பா “நீ இனி என் மகனே அல்ல. என் முகத்தில் இனி நீ விழிக்கவே கூடாது.

இந்த வீட்டை விட்டு நீ உடனே வெளியே போ" என்று கூறி அறைக்குள் சென்று கதவை அடைத்தார்.

என் அம்மா அழுதார். அப்பா அம்மாவுக்கு உதவி செய்ய வேண்டும் என்ற என்னை, என் லட்சியம் அவர்களிடமிருந்து பிரித்தது. வீடு தேடி அலைந்தேன். இந்தச் செய்தி பரவியதால், என்னை எல்லோரும் வெறுப்புடன் பார்த்தனர். பின் நானும், என் மனைவியும், மகள் மனோரமாவும் ஒரு சின்ன வீட்டில் குடி புகுந்தோம். மாதா மாதம் என் பெற்றோர்க்கு உதவும் வகையில் ஒரு தொகையை அவர்களுக்கு அனுப்பி வைத்தேன்.

இந்திய அரசியலில் காந்திஜியின் தாக்கம் பெரிதாக வளர்ந்து வந்தது. அரசியலுடன், சமூக மறு உருவாக்கம் பற்றியும் அவர் உணர்வூட்டி வந்தார். ஜாதி, மத எல்லைகள் கடந்து தேசிய உணர்வு பெருக்கெடுத்து ஓடியது. 1920ல் எனது தகப்பனார் காந்திஜி பங்கேற்ற காங்கிரஸ் மாநாட்டிற்கு இரண்டு மூட்டை அரிசி வழங்கினார். இதற்காக அவரை பிரிட்டிஷ் அரசு ஒருமாதம் வேலையை விட்டு தற்காலிகமாக நிறுத்தியது. எனது தகப்பனார் இளகிய மனம் கொண்டவர்தான். எனது மதத்திற்கு எதிரான கருத்து அவரை ஆத்திரமடையச் செய்துவிட்டது.

என்னை மதத்தை விட்டு விரட்டிய பின், என் அப்பா மத அறிஞர்களிடம் இது பற்றி ஆலோசனை கேட்டார். காலம் மாறுவதற்கு ஏற்ப மதக் கட்டுப்பாடுகளை மாற்றுவது தவறல்ல என்று அவர்கள் அறிவுரை கூறினர். மேலும் தேசவிடுதலை எனும் பெரும் லட்சியத்தை அடைய மக்கள் தீண்டாமை எனும் கேட்டை ஒழிப்பது அவசியம் என காந்திஜி கூறிய அறிவுரையைத் தவிர்க்க முடியாது என்றனர்.

டாக்டர் துரிசேத்தி செலபதுராவ் எங்கள் குடும்ப மருத்துவர். அவர் எனது தகப்பனாரின் ஜாதியைச் சேர்ந்தவர். அவரிடம் என் தகப்பனார் என்னைப் பற்றியும், என் பணிவின்மை பற்றியும் பேசினார். அதைக் கேட்டுக் கொண்டிருந்த அவர் தனது கோட்டைக் கழற்றித் தானும் பூணூல் அணியவில்லை என்று காட்டினார். "இக்காலப் பிள்ளைகள் பழைய சம்பிரதாயங்களை ஏற்றுக்கொள்வதில்லை. உங்கள் மகன் உண்மையாகவும், நேர்மையாகவும் உள்ளார். அவரை ஏன் தண்டிக்க வேண்டும்?" என்று அறிவுரை கூறினார். இது என் தந்தையின் மனப்போக்கில் பெரும் மாறுதலை உண்டாக்கியது.

இரண்டரை ஆண்டுகளுக்குப் பின் என் அப்பா, என்னையும் என் மனைவியையும் வீட்டுக்கழைத்தார். இதை ஏற்காத ஜாதிக்காரர்கள்

அவரையும் ஜாதி விலக்குச் செய்யத் துணிந்தனர். சில மாதங்கள் பின் என் அப்பாவும், அம்மாவும் என்னுடனேயே வந்து தங்கிவிட்டனர். நான் அவர்கள் மத ஆச்சாரங்களில் தலையிடவில்லை. அவர்களது கடுமையான ஆச்சாரங்கள் மெல்லத் தளரத் துவங்கின. என் மனைவி இந்த இரண்டு முனைகளுக்கும் நடுவில் ஒரு ஊசல்போல் ஆடினாள். என் எட்டு சகோதரர்களுடனும் அவர்கள் மாறி மாறி மகிழ்ச்சியாக தொண்ணூறு வயது கடந்தும் வாழ்ந்தனர்.

எனது அறுபதாவது ஆண்டு விழாவில் என் அம்மா பாராட்டிப் பேசினார். எனது மத ஆச்சார மறுப்புச் செயல்பாடுகள் பற்றியும் பேசிய அவர், 'எப்படியானாலும் என் மகன்., மகன் தானே" என்று என்னை வாழ்த்தினார்.

4. வேலையிலிருந்து விரட்டப்பட்டேன்

நாத்திகம் பற்றி ஆழமாகப் படித்தேன். ஒரு நாத்திகன் எவ்வாறு ஆத்திகவாதியிடமிருந்து மாறுபட்டவனாக வாழ வேண்டும் என்பதை அறிய முற்பட்டேன். மக்கள் கடவுள், விதி பற்றிய இறுக்கமான கருத்துக்களைக் கொண்டவர்களாக உள்ளார்கள். அதை நியாயப் படுத்தும் மூடநம்பிக்கைகளுடன் தீவிரமாக உள்ளனர். ஆனால் உண்மையில் கடவுளுக்கோ, மூடநம்பிக்கைகளுக்கோ எந்த அடிப்படையும் இல்லை. அவற்றை நிராகரிப்பதன் மூலம் நாம் நமது காலில், சுதந்திரமாகவுடனும், சமத்துவத்துடன் இயங்க முடியும். இந்த லட்சியத்துடன் செயல்படவும், வாழவும் முயன்றேன். இதற்கு பழமை வாதிகளுடனும், சுயநலக்காரர்களுடனும் நான் மோத வேண்டி இருந்தது, எனினும் எனக்கு அதில் எவ்விதத் தயக்கமோ வருத்தமோ இல்லை.

முதலில் மூட நம்பிக்கைகளின் அடிப்படையை வெளிப்படுத்தி அவற்றைத் தகர்க்க முற்பட்டேன். பூணூல் ஒரு ஜாதியச் சின்னம் என்பதால் அதைப் புறக்கணித்தேன். எனது கல்வி எனக்கு வெளிச்சம் தந்தது. எனது பணி எனக்கு வசதியான பொருளாதார அடிப்படை தந்தது. சிந்திக்கவும், செயல்படவும் அதிகமான வாய்ப்பும், நேரமும் ஆசிரியர் என்ற வகையில் எனக்குக் கிடைத்தது. அறிவியல் செயல்முறை மூலம் மூடத்தனங்களை உடைக்க முற்பட்டேன். மஞ்சளும், சுண்ணாம்பும் சேரும் போது சிவப்பாகும். எலுமிச்சை சாறு சேர்க்கும்போது சிவப்பு மீண்டும் மஞ்சளாகும். இது மஞ்சள் அமிலத்துடனும், காரத்துடனும் நடத்தும் ரசாயன விளைவே. இதை ஏமாற்றுக்காரர்கள் மத நம்பிக்கை வளர்க்கப் பயன்படுத்தினர். அதுபோலவே கிரகணம் பற்றிய அறிவியல் விளக்கம் தரப்படுவதில்லை. அறியாமையே மூடநம்பிக்கைகளின் அடிப்படை. அறிவு ஒளி வீசாவிட்டால் மூடத்தன இருளே ஆட்சி செலுத்தும்.

நான் வாழ்ந்த பகுதியில் தீண்டப்படாதவர்கள் என ஒரு பகுதி மக்கள் ஒதுக்கி வைக்கப்பட்டிருந்தனர். படிப்பறிவற்ற, ஏழை மக்கள் அவர்கள். நான் அவர்களுடன் தொடர்பு கொண்டேன். அவர்களுக்கு

இரவுப் பள்ளி நடத்தினேன். அவர்கள் அதில் பெரும் கவனம் செலுத்தவில்லை. அதற்கு அவர்களின் வறுமையே காரணம் என்பதை உணர்ந்தேன். அவர்கள் பகல் முழுதும் கடுமையாக உழைத்தார்கள். அவர்களுக்கான கூலிகூட மாலையில் தாமதமாகவே தரப்பட்டது. பின்னரே அவர்கள் சமைப்பதற்கான பொருட்கள் வாங்கிச் சமைக்க வேண்டும். அடுத்த நாள் வேலை கிடைக்குமா கிடைக்காதா என்ற கவலை எப்போதும் உண்டு. இந்த நிலையில்லா வாழ்க்கை பற்றி அவர்களுடன் பழகி அறிந்தேன். இதனாலேயே மூடத்தனத்தில் மூழ்கிக் கிடந்தனர். எனினும் நாத்திகமே அவர்களது இந்த நிலைமாறப் பெரிதும் உதவும் என்று நம்பினேன்.

கல்லூரியில் பல பிரச்சினைகள் எழுந்தன. ஒரு மாணவன் தாவரவியல் பாடத்தில் ஆர்வமின்றி இருந்தான். நான் அவனுக்கு ஆர்வமுள்ள பாடம் எது எனக் கேட்டேன். அவனால் சரியாக பதில் எதுவும் தர முடியவில்லை. எனவே நான் பாடத்தில் குறைவில்லை, உன் ஆர்வத்தை வளர்த்துக் கொண்டால் எந்தப் பாடத்தையும் எளிதாகப் படிக்க முடியும் என உற்சாக மூட்டினேன். அடுத்து நடந்த தேர்வில் அவனுக்கு அதிகமான மதிப்பெண்கள் தந்தேன். அவனுக்குப் பெரும் ஆச்சரியம். எனினும் அவன் பின்னர் ஆர்வத்துடன் தாவரவியல் பயின்று முதல் வகுப்பில் தேர்ச்சி பெற்றான். பத்தாண்டுகள் பின் அதே சூரியநாராயணனைச் சந்தித்தேன். அப்போது அவர் ஒரு பள்ளியில் தாவரவியல் ஆசிரியராகப் பணியாற்றுவதாகக் கூறினார். தன் மாணவர்களுக்கு தாவரவியலில் ஆர்வம் வளர்த்து வருவதற்கு நானே காரணம் என நன்றி சொன்னார். உற்சாக வார்த்தைகள் ஒரு மனிதனை உயர்த்தும்.

நான் மாணவர்களின் கல்வியில் மட்டுமின்றிக் குடும்பப் பிரச்சினைகளிலும் தனிப்பட்ட கவனம் செலுத்தினேன். அவர்களுக்கு வாழ்க்கையைச் சிறப்பாக நடத்த அனைத்து வழிகாட்டுதலையும் வழங்கினேன். சின்னச் சின்ன உதவிகளும், அறிவுரைகளும் அவர்களுக்குப் பெரும் வாழ்க்கை வழிகாட்டியாக உதவின. கல்லூரிப் படிப்பை முடித்துத் திருமணமாகி வாழ்க்கை துவங்கிய பின்னும் பலர் என்னைக் குடும்பத்துடன் வந்து சந்திப்பதுண்டு. இதனால் ஜாதி, மதத் தடைகள் சிதறின. இது ஒரு சமூக மாற்றத்தின் கருவியானது. இத்தகைய எளிய உறவுகள் எனக்கும் மாணவர்களுக்கும் நல்ல பாலமாகியது. அவர்களின் கல்விக்கும், எதிர்கால வாழ்வுக்கும் நான் ஒரு நண்பனாக வழிகாட்டினேன். பின் பலர் சிறந்த பேராசிரியர்களாக, வழக்கறிஞர்களாக, அரசியல் தலைவர்களாக, வெற்றிகரமான தொழிலதிபர்களாக

உருவாகினர். நாற்பது ஆண்டுகள் பின்னும் பல உயர்ந்த பதவிகள் வகிக்கும் என் மாணவர்கள், என்னுடன் தொடர்பு கொள்வதும், நன்றி சொல்வதற்கும் எனது .நாத்திக சிந்தனை தந்த மனிதநேயமே காரணம்.

எனது மாணவப் பருவத்தில் BVD நாராயண ராவ் என்பவர் ஒரு கையெழுத்து இதழ் நடத்தி வந்தார். என்னை ஒரு கட்டுரை எழுதித் தர வேண்டினார். நான் 'கடவுள் யார்?' எனும் தலைப்பில் ஒரு கட்டுரை தந்தேன். கடவுள் படைத்தார். கடவுள் விருப்பம் எனச் சொல்வதன் மூலம் பிரச்சினைகளிலிருந்து எளிதாகத் தப்பித்துக் கொள்ளலாம். சொர்க்கம், நரகம் என பயமுறுத்துவதன் மூலம் எளிதாக மக்களை நன்னெறிப்படுத்தலாம். மூன்றாவதாக வசதிக்கேற்ப ஓவியம், சிற்பம், இசை, நடனம், நாடகம் எதையும் கடவுள் பெயரால் உருவாக்கிக் கொள்வது எளிது. இத்தனை வாய்ப்புகள் தந்த போதும் கடவுள் எனும் கருத்தாக்கம் பொய்யே. இதை வளர்க்க மூடநம்பிக்கைகளும், கேள்விகளற்ற நம்பிக்கையும், வெறியும் கடவுள் பெயரால் வளர்க்கப்படுகின்றன. உண்மையான வாழ்க்கையையும், சமூக ஒருமைப்பாட்டையும் வளர்க்க கடவுள் பயன்பட முடியாது.

நான் பணிபுரிந்த PR கல்லூரி, சற்று பரந்த கருத்தும் செயல்பாடும் கொண்ட பிர்ம தத்துவவாதிகளால் நடத்தப்படுவது. அவர்களால் கூட புரட்சிகரமான நாத்திகத்தை ஏற்றுக்கொள்ள முடியவில்லை. கடவுள் யார் கட்டுரையில் நான் எழுதிய கருத்துக்களுக்கு விளக்கம் கேட்டு நிர்வாகத்தினர் கொடுத்தனர். நான் ஒரு நாத்திகவாதி என்பதால், அதுவே எனது கடவுள் பற்றிய கருத்து என பதில் எழுதினேன். ஒரு நாத்திகனைத் தமது நிறுவனத்தில் ஏற்க முடியாது என மூன்று மாத காலக் கடிதம் கொடுத்து என்னைப் பணியிலிருந்து விலக்கினர்.

என்னைப் பணியிலிருந்து நீக்கக் கூடாது என மாணவர்கள் நிர்வாகத்திடம் வேண்டினர். எதுவும் பயன்தரவில்லை. பணி நீக்கம் உறுதியானது. எனது நாத்திகத்தால் என் பெற்றோர் என்னை வெறுத்து ஒதுக்கினர், ஐந்தாண்டுகள் வசதியுடன் செய்து வந்த பணியை இழக்க நேர்ந்தது.. எனினும் நான் என் நாத்திகமே உண்மையானது என்று நம்பினேன்.

5. சோதனை துவக்கினோம்

PR கல்லூரியிலிருந்து நீக்கப்பட்டது பெரும் அதிர்ச்சியாகத் தாக்கியது. கல்லூரி சம்பளத்தில் தான் வாழ்க்கையை ஓட்டிக் கொண்டிருந்தோம். சரஸ்வதியின் நகைகளை விற்று வாங்கிய சின்ன இடமும் அதிலிருந்த குடிசையும் தான் எங்கள் சொத்து. எங்கள் பலவீனத்தை அறிந்திருந்த வீட்டு உரிமையாளர் வாடகையை அடிக்கடி ஏற்றினார். எனவே எங்களது இடத்திலேயே ஒரு குடிசை கட்டினோம். அதில் என் பெற்றோரும் எங்களுடன் வந்து குடியேறினர்.

எனது தகப்பனாருக்கு ஒரு சிறிய பணி ஓய்வு ஊதியம் வந்தது. எனினும் வேலை இழந்தபின் பெரும் பொருளாதாரச் சிக்கல் உண்டானது. எனவே என் பெற்றோர் சொந்தக்காரர்களின் வீடுகளுக்குச் சிலநாட்கள் சென்று தங்கினர், வருமானமிழந்த போதும் நாங்கள் தன்னம்பிக்கை இழக்கவில்லை. பாதையற்ற பயணமாக நாத்திக லட்சியம் நோக்கித் தயக்கமின்றி நடந்தோம். நாங்களே தேர்ந்தெடுத்த கடினமான பாதை. இதில் யாரையும் குறை கூறித் தப்ப முடியாது. மிகுந்த பொறுப்பும், சுமையும் மிக்கதுதான் சுதந்திரமான வாழ்வு என்பதை உணர்ந்தோம்.

நம்பிக்கை ஒன்றே துணையாகக் கொண்டு தேர்வில் தோல்வியடைந்தவர்க்கும், பலவீனமான மாணவர்களுக்கும் உதவும் வகையில் ஒரு டியுட்டோரியல் கல்லூரி துவங்கினேன். எனது பழைய மாணவர்கள் சிலர் உதவ முன்வந்தனர். எனது நண்பர் குறைந்த வாடகையில் தந்த ஒரு கட்டிடத்தில் எங்கள் ‘ஆந்திரா டியுட்டோரியல் கல்லூரி’ துவக்கப்பட்டது. 15 பேர் பயிற்சியாளர்களாக இருந்தோம். கூட்டுவதிலிருந்து பாடம் நடத்துவது வரை அனைத்து வேலை களையும் நாங்களே செய்தோம். அது ஒரு கூட்டு வாழ்க்கைக்கான பயிற்சிக்களமானது. எனது வருமானம் குறைவாகவே இருந்தது. சரஸ்வதி அதில் சிக்கனமாகவும், சிறப்பாகவும் குடும்பத்தை நடத்தினார்.

என் நண்பர்கள் என்னைப் போல் நாத்திகர் அல்லர். எனினும் அவர்கள் எனது அன்பான நாத்திக வாழ்க்கைக்கு உதவினர். எனது மாணவராக இருந்து, பின் எமது முயற்சிக்குப் பெரிதும் உதவியாக நின்றவர் திரு. M. பாஸ்கர ராவ். அவர் அகாலமடைந்தது எனக்குப் பெரும் இழப்பாகயிருந்தது.

பின் நாட்களில் இந்திய அரசியலில் புகழ் பெற்ற திருமதி துர்காபாய் தேஷ்முக் எமது கல்லூரி மாணவியே. அவரே சென்னையில் 1930ல் சத்யாகிரகத்தை முன்னின்று நடத்திச் சிறை சென்றவர். பின்னர் அவர் நிர்மாணப் பணிகளை மேற்கொள்ள முடிவு செய்தார். எனவே அதற்கான பயிற்சியைப் பெற எங்களிடம் வந்தார். அவர் தனது சிறை அனுபவங்களை எங்களுடன் பகிர்ந்து கொண்டார். அவரால் பல அரசியல் தலைவர்களின் அறிமுகம் எனக்குக் கிடைத்தது. காந்திஜி ஹரிஜன சேவை யாத்திரை வந்தபோது, காக்கிநாடாவில் அவருக்கு உடனிருந்து உதவும் சேவையாளனாகும் வாய்ப்பு அவராலேயே எனக்குக் கிடைத்தது. அச்சதபுரம் சேரியில் நாங்கள் முதியோர் கல்வி பயிற்சி நடத்தினோம். அது சேரி வாழ்மக்களின் நிலையைக் கற்க பெரும் வாய்ப்பாக அமைந்தது. துர்காபாயின் உறவால் எனக்குப் பொது வாழ்வின் மீது ஈடுபாடு வளர்ந்தது. நாத்திகத்திற்கு அரசியல், பொருளாதாரப் பின்னணியை உருவாக்க இந்த அனுபவங்கள் துணையாக இருந்தது.

துர்காபாய் பெறும் அரசியல்வாதி மட்டுமல்ல, சமூக சீர்திருத்தவாதியுமாவார். அவர் விதவைகள் திருமணத்தையும், ஜாதி, மதம் மறுத்த கலப்புத் திருமணங்களையும் ஊக்குவித்து வந்தார். நானும், சரஸ்வதியும் அவருக்குத் துணையாக நின்று உதவினோம். பின்னாள் சட்டமன்ற உறப்பினரான புட்சலா சத்யநாராயணா எங்களுக்குத் துணை நின்றார். சமூக சீர்திருத்தம் என்பது எத்தகைய சிரமமான பணி என்பதை அனுபவத்தில் அறிந்தோம். சீர்திருத்தங்களுக்குப் பெற்றோரே முதல் எதிரியாக இருந்தனர். சமூகக் கட்டுபாடுகள் விருப்பம் உள்ள பலரையும் எங்களுக்கு உதவ முடியாமல் தடுத்தது. கடைசி நேரத்தில் மணமகனோ, மணமகளோ கூட பயந்து ஓடிவிடுவதும் உண்டு. இத்தகைய இடர்பாடுகள் நடுவே மனம் தளராமல் பணியாற்ற வேண்டியிருந்தது.

சுரம்மா என்பவர் மன உறுதி மிக்க விதவை. அவர் துணிவுடன் மறுமணம் செய்து கொண்டு வெற்றிகரமாக வழிகாட்டினார். எங்களுக்கு உதவியவர்களில் பலர் வெளியே தங்களது பெயர் தெரிவதையும், மணமக்களுடன் புகைப்படம் எடுத்துக்கொள்வதையும் தவிர்த்தனர். நானும் சரஸ்வதியும் இத்தகைய சீர்திருத்தத் திருமணம் செய்து கொண்டவர்களுக்கு விருந்தளித்து வாழ்த்துவதில் முன் நின்றோம். மொத்தத்தில் ஆந்திரா டியுட்டோரியல் கல்லூரி - PR கல்லூரி தராத பெரும் சமூக அரசியல் உறவுகளை எனக்கு உருவாக்கித்

தந்தது. அதிக சம்பளமும் மனநிறைவும், சுதந்திரமும் ஒன்றுடன் ஒன்று இணைந்து கிடைப்பவை அல்ல.

விடுதலைக்கு உகந்த விலை, விரும்பி ஏற்கும் இடர்பாடுகளே சுதந்திரப் பாதை மேடு பள்ளம் நிறைந்த கடினமான புதுப்பாதையாகவே இருக்கும். சவால்களை எதிர்கொள்ளாதவர்கள் சாதனையாளர்களாக முடியாது. விடுதலையும் நாத்திகமும் நெருக்கமான உறவு கொண்டன. நாத்திகத்தை வாழ்க்கை நெறியாக்கி வாழ்ந்து காட்ட முனைந்தோம். அதுவே எனது வாழ்க்கைக் கனவாக இருந்தது. எனினும் பொருளாதாரச் சுமையும், வாழ்க்கை இடர்பாடுகளும் ஆறு ஆண்டுகள் எங்கள் கனவுகளை முடக்கிப் போட்டன. எனினும் எனது சொந்தக் கவலைகள் என்னைக் கொன்று விடாமல் நான் பார்த்துக் கொண்டேன். சிலர் தமது சொந்த இழப்புகளைத் தாங்கிக் கொண்டு உருவாக்குவதே சமூக மாற்றம். பொருளாதாரச் சுமைகளில் நசுங்கிப் போகாமல், சமூக இழிவுகளால் மனம் நொந்து போகாமல், தனது சிலுவையைத் தானே சுமந்து முன் நடப்பவனே நாத்திகன். நாத்திகர்கள் சமூகத்தில் முன்னோடிகள், அதன் அடிமைகள் அல்ல. ஆனால் இந்த மன உறுதி பெற நான் ஆறு ஆண்டுகள் கடுமையாகப் போராட வேண்டியிருந்தது.

PR கல்லூரியிலிருந்து நீக்கப்பட்டது, என்பால் பிறருக்குப் பெரும் அனுதாபத்தையே உண்டாக்கியது. அப்போது டாக்டர் ராதாகிருஷ்ணன் ஆந்திரா பல்கலைக் கழகத்தின் துணை வேந்தராக இருந்தார். PR கல்லூரி அவரது ஆளுமையின் கீழ் இருந்தது. சீர்திருத்தக் கருத்துக்களுக்கும், தாராளமான புதுமை நாடும் இயல்பு கொண்ட அவர் நாத்திகரல்ல எனினும் சுதந்திரமான கருத்துக் கொண்டவர் என்ற காரணத்தால் எந்தப் பேராசிரியரையும், வேலையை விட்டு நீக்குவது தவறு என்றும், பிற்போக்குத் தனமானது என்றும் கருதியவர். அவருடைய வழிகாட்டுதலால் மசூலிப்பட்டினம் இந்து கல்லூரியில் தாவரவியல் பட்டப் படிப்பு துவங்கப்பட்டது. எனக்கு அங்கு விரிவுரையாளர் பணி தரப்பட்டது. மீண்டும் எனது கல்லூரி வாழ்வு துவங்கியது.

6. மீண்டும் பணி நீக்கம்

மசூலிப்பட்டிணம் இந்து கல்லூரியில் விரிவுரையாளராக்கப் பட்டதற்கு நண்பர்களிடமிருந்து ஏராளமான வாழ்த்துகள் வந்தன. நாத்திகன் என்ற காரணத்தால் பணிநீக்கம் செய்யப்பட்ட நான் மற்றொரு கல்லூரியில் நியமிக்கப்பட்டது, எனது லட்சியத்திற்குக் கிடைத்த வெற்றி என்று பாராட்டினர். காக்கிநாடா டியுட்டோரியல் கல்லூரியை நண்பர்கள் தொடர்ந்து நடத்தினர்.

இந்து கல்லூரியின் முதல்வர் சிவராம கிருஷ்ணராவ் என்னைப் பரிவுடன் நடத்தினார். நான் ஒரு நாத்திகன் என்பது தெளிவாகி இருந்ததால் புதிய தொல்லைகள் எதுவும் இல்லை. மேலும் முதல்வர் சிவராமகிருஷ்ணன் ஒரு பழமைவாதியல்ல. எனக்கும் அவருக்கும் பல கருத்து ஒற்றுமை இருந்தது.

இன்டர்மீடியட் மாணவர்களுக்கு மட்டுமே வகுப்பு எடுக்க வேண்டி இருந்தது. பட்டப் படிப்புத் துவங்காததால் வேலைப்பளு குறைவாகவே இருந்தது. எனவே ஓய்வு நேரத்தை நாத்திகப் பிரச்சாரத்திற்குப் பயன்படுத்த முடிந்தது. பல கிராமங்களுக்கு விடுமுறை நாட்களில் சென்று நாத்திகப் பிரச்சாரம் செய்வேன். மக்கள் கேள்விகளுக்கு விடை தருவது என்பதை உரையாடலுடன் ஒரு பகுதியாகவே மேற்கொண்டேன். மசூலிப்பட்டினம் சுற்றியுள்ள அனைத்து கிராமங்களுக்கும் சென்று வந்தேன். மக்கள் ஆர்வமுடன் கேள்வி கேட்டனர். கேள்வி நேரம் வெகுவாக நீண்டு போவதுண்டு.

கடவுள், ஆன்மா, சொர்க்கம், நரகம் என்பன பொய். இந்து, கிறிஸ்துவர், முஸ்லீம் என அனைத்து மதங்களும் கடவுள் பற்றிய ஒரே கருத்தே கொண்டுள்ளன. அவற்றில் வேறுபாடு எதுவும் இல்லை. பெரும்பான்மை மதம் என்று மட்டுமல்லாமல், அனைத்து மதங்களின் மூட நம்பிக்கைகளையும் எதிர்கொண்டேன். சாதாரணமாக 40 - 50 கேள்விகள் கேட்கப்படும். அனந்தபூரில் 13 கேள்விகள் கேட்கப்பட்டன. அதற்கு பதிலளிக்கும் போது மக்களின் நம்பிக்கைகள், எண்ணம் ஆகியவற்றை அறிந்ததுடன், நாத்திகம் பற்றிய தெளிவும் எனக்குக் கிடைத்தது.

பெரும்பாலான கூட்டங்கள் தொல்லை இல்லாமல் நடந்தன. ஆனால் குண்டூர் மாவட்டம் பிரஞ்சிபுரத்தில் மட்டும் கத்தோலிக்கர்களின் எதிர்ப்பு இருந்தது. கூட்டங்கள் சரியான நேரத்தில் துவங்கப்பட்டன. இந்தியர்கள் பொதுவாக நேரம் தவறாமை பற்றிய அக்கறையற்றவர் களாக உள்ளார்கள். சலிலப் பள்ளி எனும் இடத்தில் மதியம் 1 மணிக்குக்

கூட்டம் துவங்குவதாக இருந்தது. நான் சற்று முன்பாகவே சென்றுவிட்டேன். ஆனால் கூட்டம் நடக்க விருந்த சினிமா அரங்கில் கூட்டம் நடத்தும் யாரும் வரவில்லை. சிலர் மட்டுமே கேட்கக் கூடியிருந்தனர். சரியாக 1 மணிக்கு நான் பேசத் துவங்கி விட்டேன். பின்னர் வெளியே தேநீர் அருந்திக் கொண்டிருந்த சிலர் ஓடி வந்தனர். கூட்டத் தலைவர் பின் வேகமாக வந்தார். தான் இல்லாமல் கூட்டத்தைத் துவங்கியதற்குக் கோபித்துக் கொண்டு கத்தினார். கூட்டம் கூடும் வரைக் காத்திருப்பதுதான் முறை என்று வாதிட்டார். ஆனால் நான், "ஒரு ஆத்திகருக்கு ஒன்று என்பது இரண்டாக இருக்கலாம். ஆனால் ஒரு நாத்திகருக்கு ஒன்று ஒன்றுதான்" என்று உறுதியாகக் கூறினேன். பின்னர் நாத்திகக் கூட்டங்கள் குறித்த நேரத்தில் நடக்கத் துவங்கின.

அக்காலத்தில் கல்விக் கூடங்கள் வெள்ளை அரசின் அடிமை வேலைக்கு ஆட்களைத் தயாரிக்கக் கூடியனவாகவே இருந்தன. எனவே மகாத்மா அவற்றை குமாஸ்தாக்களை உருவாக்கும் தொழிற்சாலை என்றார். எனவே மோசமான இந்த நிலையை மாற்றி சமூக நோக்கம் கொண்ட நிறுவனங்களை உருவாக்குதும், மாணவர்களும் ஆசிரியர்களும் இணைந்து, வணிக நோக்கமற்ற வகையில் கல்வி நிலையங்கள் நடத்தப்பட வேண்டும் எனச் சில நாத்திகர்கள் நினைத்தனர். அதற்கான முயற்சியை பீமாவரத்தில் துவங்கினர். அதற்கான ஒரு குழு அமைக்கப்பட்டது. எனக்கு அதில் ஒரு முக்கிய இடத்தைத் தந்தனர். கல்லூரி துவங்கப் பெரும் நிதி தேவைப்பட்டது. நன்கொடைகள் வசூலிக்கத் துவங்கினோம்.

ஒரு பெரியவர் கல்லூரி துவங்குவதில் ஆர்வம் காட்டினார். தான் தனது வங்கி சேமிப்பு 72,000த்தில் 60,000 நன்கொடை வழங்க முன் வந்தார். அதற்கு ஒரே ஒரு நிபந்தனை மட்டும் விதித்தார். நான் பூணூல் மீண்டும் அணிந்து கொண்டால் பணம் உடனடியாகத் தருவதாகக் கூறினார். இதன் மூலம் இளைய தலைமுறையினர்க்கு ஜாதி பற்றிய உணர்வை வளர்க்க முடியும் என்று நம்பினார். ஜாதியை ஒழிக்க நினைக்கும் என்னைப் பணிய வைப்பதன் மூலம் நாத்திக தத்துவத்தை தோற்கடிக்க விரும்பினார். என் மனதுக்குப் பிடித்தமான கல்லூரி துவங்கும் லட்சியத்தை அடைய இதைச் செய்வேன் என்றும் நம்பினார். ஆனால் நான், "என் பதவியை ராஜினமா செய்து விடுகிறேன். வேறு ஒருவரைத் தலைவராக்கி விடுங்கள். கல்லூரி துவங்க நீங்கள் நன்கொடை வழங்குவதில் தடை எதுவும் இருக்காது" என்றேன். அது அக்காலத்தில் பெரும் தொகை. அதுவரைச் சேர்த்த நன்கொடைகளை விடவும் இரண்டு பங்கு அதிகமானதாகவே இருந்தது. எனினும் கல்லூரி உருவாக்கும் ஆசையை விடவும், எனது நாத்திக நம்பிக்கையைக் காத்துக் கொள்வது எனக்கு முக்கியமாகப்பட்டது. நான் கல்லூரி உருவாக்கக்

குழுவில் இடம்பெற்றால் மட்டுமே நன்கொடை வழங்க முடியும் என்று அவர் உறுதியாகக் கூறிவிட்டார். எனது மனசாட்சிக்குப் புறமாக நான் இருப்பதை என்னால் ஏற்க முடியவில்லை. கல்லூரி ஆசை நிராசையானது. பின்னர் பீமாவரத்தில் மற்றொரு வழக்கமான கல்லூரி உருவானது.

இளைஞர்கள் அக்காலகட்டத்தில் மார்க்சியத்தால் பெரிதும் ஈர்க்கப்பட்டனர். அதனால் இந்து கல்லூரியில் அடிக்கடி வேலை நிறுத்தம் நடந்தது எனது நாத்திகப் பிரச்சாரமே அவர்கள் ஒழுக்கமின்மைக்குக் காரணம் எனக் கல்லூரி நிர்வாகம் கருதியது. எனவே 1939ல் அவர்கள் என்னைப் பணி நீக்கம் செய்ய முடிவு செய்தனர்.

மாணவர்கள் என்னை எப்படியும் திரும்பவும் வேலையில் சேர்த்துவிட வேண்டும் என்ற முடிவுடன் கல்லூரி நிர்வாகத்தை வற்புறுத்தினர். மாணவர்களின் வற்புறுத்தலுக்குக் கல்லூரி நிர்வாகம் பணிய நினைத்தது. ஆனால் கல்லூரி முதல்வர் அதற்கு ஒப்பவில்லை. என் மீது ஒழுங்கு நடவடிக்கை எடுப்பதில் உறுதியாக இருந்தார். எனவே மாணவர்களுடன் வகுப்பு நேரத்தைத் தவிர பிற நேரங்களில் பேசுவதில்லை. கல்லூரிக்கு உள்ளேயோ, வெளியேயோ நாத்திகப் பிரச்சாரம் செய்யவோ, எழுதவோ மாட்டேன் என உறுதிமொழி தர வலியுறுத்தினார்.

நான் எனது வேலையை ராஜினாமா செய்ய முன்வந்தேன். மாணவர்கள் அதை எதிர்த்தனர். என் விருப்பத்திற்கு எதிரான கட்டுப்பாடுகளுக்கு இணங்கி வேலையில் தொடர்வதில் எனக்கு விருப்பமில்லை. எனவே அந்த ஆண்டு முடியும்வரை பணியாற்றவும், பின் என் வேலையை நானே ராஜினாமா செய்யவும் முன் வந்தேன்.

நாத்திகமா, சம்பளம் தரும் பணியா என்ற கேள்வியே இரண்டு முறையும் முன்நின்றன. நானும், சரஸ்வதியும் நாத்திக லட்சியமே முக்கியம் என்று முடிவு செய்தோம். நான் ராஜினமா செய்வதை முதல்வர் விரும்பவில்லை. எனக்கு இப்போது ஆறு குழந்தைகள் உள்ளனர் என்பதை அவர் அறிவார். நான் வேலை தேடிக் கொண்டிருந்தபோது எனக்கு விரிவுரையாளர் பணியைத் தந்தவரும் அவரே. நான் குடும்பத்தைக் காப்பது என் கடமை என்பதை அவர் வலியுறுத்தினார். எனவே என் வேலையை ராஜினமா செய்யக் கூடாது எனவும் வலியுறுத்தினார். என் மீதான தடைகளை விலக்கிக் கொள்ளாவிட்டால் நான் பணியாற்ற முடியாது என உறுதியாகச் சொன்னேன். அவரும் தனது அதிகாரத்தை விட்டுத்தரத் தயாராக இல்லை.

7. கிராமத்தை நோக்கி

இந்துக் கல்லூரி வேலையை ராஜினாமா செய்தபின் வேறு பல வாய்ப்புகள் தேடிவந்தன. ஆயுள் இன்ஸ்யூரன்ஸில் செயலர் வேலை ஆகும். ஒரு கம்பெனியில் உயிரியல் பிரிவுப் பொறுப்பேற்கவும், ஒரு பள்ளியின் தலைமையாசிரியராகவும் வாய்ப்புகள் வந்தன. பாதுகாப்பான வேலை, நல்ல சம்பளம் தரும் இத்தகைய வாய்ப்புகளுக்கு மாறாக பொதுநல ஊழியர் அன்னே அஞ்சய்யா முதுனூர் எனும் பிற்பட்ட கிராமத்தில் சமூகப்பணி செய்ய அழைத்தார்.

நாம் வாழ்க்கையை எவ்வாறு பார்க்கிறோம் என்பதற்கு ஏற்பவே, நமக்குக் கிடைக்கும் வாய்ப்புகளை நாம் பயன்படுத்திக் கொள்கிறோம். வசதியான, பாதுகாப்பான வாழ்வா, சவால் மிகுந்த கடினமான வாழ்வா என்பதை நமது மனப்போக்குதான் முடிவு செய்கிறது. ஒரு நாத்திகன் என்ற வகையில் எனது அனுபவங்களைக் கொண்டு தானே முடிவெடுக்க வேண்டும். மாறாக ஒரு ஆத்திகன் கடவுள்மேல் பாரத்தைப் போட்டு விதி என்னும் தன் பொறுப்பிலிருந்து தப்பித்துக்கொள்ள முடியும். நாம் பொறுப்பை ஏற்கிறோமா, ஏதாவது காரணத்தைச் சொல்லி தப்பித்துக் கொள்கிறோமா என்பதுதான் முக்கியம். கடவுள் மறுப்பாளன், வெளிப்படைத் தன்மையுடன் வாழ்பவன் தனது முடிவுகளைத் தானே எடுத்தாக வேண்டும். அதன் நல்ல அல்லது மோசமான விளைவுகளுக்கும் பொறுப்பேற்றாக வேண்டும். தான் எடுத்த முடிவுகள் நல்ல பலன் தராவிடில், நாத்திகன் அதை மாற்றிக் கொண்டு புதிய முடிவை எடுக்கும் சுதந்திரம் பெற்றவன். பொறுப்புடன் கூடிய சுதந்திரம் நாத்திகனுக்கு எப்போதும் உண்டு. ஆத்திகனோ பொறுப்பை அடையாளம் அற்ற ஏதோ சக்தியிடம் கொடுத்துவிட்டு, நம்பிக்கை எனும் போர்வையில் முடிவை அதனிடம் விட்டு விடுகிறான்.

15 ஆண்டுகள் கல்லூரிப்பணி, இரண்டு பணி நீக்கம் என பல ஏற்றத் தாழ்வுகளைச் சந்தித்துவிட்ட நானும், என் மனைவி சரஸ்வதியும் தெளிவான மனதுடன், ஒரு நாத்திக வாழ்வை மேற்கொள்ளத் தயாராக இருந்தோம். மீண்டும் ஒரு சம்பளம் வாங்கும் அடிமை வாழ்வை பணி நீக்கத்தைச் சந்திப்பதை விடவும் அஞ்சய்யாவின் அழைப்பை ஏற்பது உகந்தது என முடிவு செய்தோம். கடினமான முடிவு என்றாலும், அதில் சிந்தனைச் சுதந்திரம் உள்ளது. ஆறு குழந்தைகளுடன் சவால் நிறைந்த புது வாழ்வைச் சந்திக்க 1940 ஆகஸ்டில் முதுனூர் புறப்பட்டோம்.

முதுனூர் குடிவாடாவிலிருந்து 8 கல் தொலைவில் உள்ள சிறிய கிராமம். 3000 மக்கள் தொகை கொண்டது. ஓர் ஆரம்பப் பள்ளி, அஞ்சல் நிலையம், சின்ன மருந்தகம் மட்டும் கொண்டது. அஞ்சையா 1930லிருந்து விடுதலைப் போராட்டத்தில் ஈடுபட்ட பொதுநலத் தலைவர் என்ற பெருமை பெற்றவர்.

சரஸ்வதியும் நானும் நகரத்தில் பிறந்தவர்கள். படித்ததும் வேலை செய்ததும் கூட நகர்புறங்களிலேயே. எனவே எங்களுக்கு கிராமப்புற வாழ்க்கை, அதன் சிரமங்கள் பற்றிப் பெரிதாக எதுவும் அனுபவம் இல்லை. நாத்திகப் பிரச்சாரத்திற்காகச் சில கிராமங்களுக்குச் சென்ற அனுபவம் மட்டுமே உண்டு. எனவே முதுனூரில் கிராம மக்கள் வாழ்வு, வசதி, இடர்பாடுகள் பற்றி அறிய நல்ல வாய்ப்புக் கிடைத்தது. இந்தியா பெரிதும் கிராமங்களைக் கொண்டது. கிராமங்களை அறியாதவர்கள். இந்தியாவை அறிந்தவர்களாக முடியாது.

முதுனூருக்கு நாத்திகப் பிரச்சாரத்திற்காக இரண்டு ஆண்டுகள் நான் வந்துள்ளேன். அலகு சிலருடன் பழக்கமும் உண்டு. அஞ்சையாவின் நண்பர்கள் என்ற வகையில் கிராமத்தினரின் அன்பும், உதவிகளும் எங்களுக்குப் பெரிதும் கிடைத்தது. எங்களுக்காக இரண்டு குடிசைகள், போட்டுத் தந்தனர். அதற்கு நாத்திக மையம் எனப் பெயரிட்டோம். 1947 விஜயவாடாவில் படமாட்டா செல்லும் வரை எங்கள் பணி முதுனூரில் தொடர்ந்தது.

முதுனூரில் ஏழு ஆண்டுகள் அனுபவம் அற்புதமானவை. எங்கள் தேவைகளை மக்கள் கவனித்துக் கொண்டார்கள். ஒருவர் எங்களுக்கு பால் தர மாடு ஒன்றைத் தந்தார். மற்றொருவர் மாட்டுக்கான தீவனங்களை அனுப்பினார். காய்கறி, தானியங்கள், துணிமணி என யாவும் எங்களைத் தேடி வந்தன. காய்கறி விற்க நகரத்திற்குப் போகும் விவசாயிகள் அதிகாலையில் முதலில் எங்களுக்கு வைத்துவிட்டு போய்விடுவார்கள்.

நகரத்துக்குப் போகும் பேருந்துக் கூட எங்களைக் கட்டணமின்றியே கூட்டிப் போனார்கள். எல்லாம் இலவசமாகவே கிடைத்தன, காசுக்கு வேலையே இல்லாமல் போனது. குறிப்பாக பூவாலா நாகபூஷணம் எனும் ஆன்மீகவாதியைப் பற்றிக் கூற வேண்டும். பக்திமானான அவர் எங்களது உண்மையான, உழைப்புமிக்க வாழ்வைக் கண்டு வியந்து பாராட்டினார். நாங்கள் முதுனூரில் வாழ்ந்த காலத்தில் எங்களது தேவைகளை எல்லாம் கவனத்துடன் கேட்டு நிறைவேற்றி உதவினார்.

முதலில் முதியோர் கல்வியைத் துவங்கினோம். 20 வயது முதல் 70 வயது வரையான 86 பேர் கொண்ட வகுப்பு தினமும் குளக்கரை மரத்தடியில் மதியம் 12 மணி முதல் 2 மணி வரை நடக்கும். அஞ்சைய்யா கூட வகுப்புகள் நடத்துவார். நான் அவர்களுக்கான பாடத்திட்டத்தை வகுத்தேன். எனது நாத்திகத்திற்கான தேடலில் கிடைத்த அறிவு பெரிதும் பயன்பட்டது. பேராசிரியர் N.G. ரங்கா எனக்கு என்சைக்ளோபீடியா பிரிட்டானிகாவைத் தந்தார். வரலாறு, இலக்கியம், அறிவியல், பூகோளம் என அனைத்தையும் அறிய அது வழிவகுத்தது. உலகின் அனைத்து விஷயங்கள் பற்றியும் கிராமத்து மக்களிடம் பேசுவது பெரும் மகிழ்ச்சி தருவதாகும். இந்த வகுப்புகளுக்கு கிராமத்தின் அனைத்து மக்களும் ஜாதிமத வேறுபாடின்றி வந்தனர். ஒருவருக்கொருவர் உதவினர். ஒருவருடன் ஒருவர் பகிர்ந்து கொண்டனர். சனிக்கிழமை மாலை அனைவரும் மேல்ஜாதி, கீழ்ஜாதி என்று பாகுபாடின்றிக் கூட அமர்ந்து தேநீர் அருந்தினர். இந்த ஜாதிக் கலப்பு சிறு கொந்தளிப்பை உண்டாக்கினாலும் 86 பேர் என்ற எண்ணிக்கை பலத்தால் பாதிப்புகள் அடங்கிப் போயின.

கூடிக் குடித்த தேநீர் தந்த தைரியத்தால் 1914 பிப்ரவரியில் சேரியில் சமபந்தி சாப்பாட்டுக்குத் திட்டமிட்டோம். உணவுக்கென ஒருசிறு கட்டணமும் வசூலித்தோம். 260 விருந்தினர்கள் கூடினர். ஜாதிகளால் பிரிந்து கிடக்கும் கிராமங்களில் இத்தகைய கூட்டு விருந்து பெரும் ஆச்சரியமே. கிராமத்துப் பெண்களும் இதில் கலந்து கொண்டார்கள். அஞ்சைய்யாவின் தாயார் ரமணம்மாளும் விருந்தில் கலந்துகொண்டார். இதற்கு எதிர்விளைவுகளும் இல்லாமல் போகவில்லை.

சூரியம், கிருஷ்ணராவ், சூர்யராவ், சுப்பராவ் போன்ற பிராமணர்கள் சேரியில் நடந்த விருந்தில் பங்கேற்றனர். சூரியம் வீடு திரும்பியபோது அவரது பெற்றோர் கதவைச் சாத்திவிட்டனர். குடும்பம் விரட்டினாலும், ஊர் அவர்களுக்குத் துணையாக நின்றது. நண்பர்கள் அவர்களைத் தங்கள் வீட்டில் தங்க வைத்தனர். காலப்போக்கில் மனம் மாறி பெற்றோர்கள் அவர்களை ஏற்றுக்கொண்டனர்.

பின் சூரியம் இன்சூரன்ஸ் ஏஜண்டானார். அவரது பரந்த சமூகப் பழக்கம் அவரது தொழில் வளர்ச்சிக்குப் பெரிதும் உதவியது. அவர் ஜாதி வேறுபாடின்றி அனைவருடனும் பழகினார். இதனால் அவரது தொழில் வளர்ந்து, கம்பெனியின் மிக முக்கியமான பெரும் பதவியைப் பெற்றார். தொழிலுடன் கூட அவர் நாத்திகப் பிரச்சாரகராகவும் அவர் இருந்தார். தனது வளர்ச்சிக்கு முதியோர் கல்வியும், சமபந்தி விருந்துமே தனது பார்வையையும், வாழ்க்கையையும் மாற்றின என்று பெருமையுடன் நினைவு கூர்வார்.

8. நாத்திக விழிப்புணர்வு

முதியோர் கல்வி முதுனூர் சுற்றிய பகுதி முழுதிலும் எனக்குத் தொடர்பு வளர்ந்தது., அபிகட்லாவிலிருந்து அம்ருதீஸ்வரராவ் எனும் ஆசிரியர் தமது மாணவர்களுடன் இவ்வகுப்புகளைக் காண வந்தார். போலப்புது, மாரிவடா போன்ற பகுதியிலிருந்தும் பலர் வகுப்புக்கு வந்தனர். குடிவாடாவிலிருந்து பெருமாள் என்பவர் 16 மைல் சைக்கிளில் வந்து படித்தார். எனவே நாத்திகர் பற்றிய பரிவும் மரியாதையும் உண்டானது.

அஞ்சைய்யா, ராமகுமார் வர்மா என்பவரை ஒரு நாத்திக மாநாட்டை நடத்த வேண்டினார். 1941ல் கண்ணுமுர் என்ற கிராமத்தில் மாநாடு நடந்தது. 300 பிரதிநிதிகள் மூன்று நாட்கள் நாத்திகம் பற்றி விவாதித்தனர். தும்மல கோபால கிருஷ்ணய்யா செயலர் பொறுப்பை ஏற்று கிராமப்புறங்களில் நாத்திகம் பரப்பும் பணியை மேற்கொண்டார்.

மோவா சிவராவ் என நாத்திகம் பற்றிய புத்தகத்தைத் தெலுங்கில் அச்சிட்டார். நான் அதில் கடவுளை ஆண் பெண் என்று வேறுபடுத்தாமல் பொதுப் பாலாகக் குறிப்பிட்டிருந்தேன். அந்நூல் மூன்று பதிப்புகள் போடப்பட்டது. நான் நாத்திகப் பிரச்சாரத்திற்குச் செல்லும் பொழுது அந்த கிராமத்தின் சேரிப் பகுதியிலேயே தங்குவதைப் பழக்கமாகக் கொண்டிருந்தேன். தாழ்த்தப்பட்டோருள்ளேயே ஒரு பிரிவினர், மற்றொரு பிரிவினரை ஒதுக்கிவைக்கவும் தண்ணீர் கொடுக்கவும் மறுத்த கொடுமைகள் நிகழ்வதைத் தடுக்கும் முயற்சியை மேற்கொண்டேன். இதில் ஓரளவு வெற்றியும் கிடைத்தது.

பக்தியாளர்கள், தீ மிதிப்பது அறிவியலின்படி சாத்தியமே, அதற்கு கடவுள் எதுவும் தேவையில்லை என்பதைச் செய்துகாட்டி மூடத்தனத்தை ஒழிக்க முயன்றோம். எந்த பக்தி, விரதங்களும் இல்லாமல் எவரும் தீயில் நடக்கலாம் என்பதை என் மனைவியே செய்து காட்டினார். என் மகள் தீயில் நடந்து காட்டினாள். தீ மிகவும் சூடாக உள்ளபோது, ஈரக்காலில் நடக்கும்போது ஒரு வெற்றிடம் உண்டாகிறது. அது ஒரு வெற்றிடமாகக் கால்களைச் சூட்டிலிருந்து பாதுகாக்கிறது. எனவே தீயின் மீது விரைவாக ஓடும்போது பெரும் பாதிப்பு எதுவும் உண்டாவதில்லை என்பதைச் செய்து காட்டி, மூட நம்பிக்கையை ஒழிக்க முயன்றோம்.

காந்தத்தை அடியில் வைத்து முன்னும் பின்னும் அசைக்கும்போது மேலே உள்ள பொம்மையின் அடியில் இரும்புத் தகடு வைக்கப் பட்டுள்ளதால் நடனமாடுவது, சண்டை போடுவது போன்ற கடவுள் சார்ந்த கதைகளை நடத்தி வந்தனர். இந்த ரகசியத்தின் பின் உள்ள அறிவியல் உண்மையை உணர்த்தினோம்.

சூரிய கிரகணத்தின்போது கர்ப்பிணிப் பெண்கள் வெளியே வந்தால் ஆபத்து எனும் மூடநம்பிக்கையை அழிக்க, சரஸ்வதி சில கர்ப்பமுற்ற பெண்களுடன் நடந்து காட்டினார். சமபந்தி சேர்ந்து உண்ணுதல், மூடநம்பிக்கைகளின் பின் உள்ள அறிவியல் உண்மைகளை உணர்த்துதல் வழியாக மக்களிடையே விழிப்புணர்வூட்டினோம். பழைய மூடப் பழக்கங்களிலிருந்து மக்கள் மெல்ல விடுபடத் துவங்கினர்.

முதுனூரிலிருந்த வயிலின் இசைக் கலைஞர் பூவலா சூரியம் நாத்திகத்தின் மீது ஆர்வம் கொண்டார். தமது இசை மூலம் கடவுள் நம்பிக்கையைப் பரப்புவதும் பாடுவதும் பயனற்றன என்று கருதி வயிலின் வாசிப்பையே கைவிட்டு உடல் உழைப்பால் வாழத் துவங்கினார். ஒரு உண்மையான நாத்திகனாக வாழும் முன்மாதிரியானார். இவரால் உணர்வு பெற்ற மற்றொரு இசைக் கலைஞர் மனித மாண்புகளை வாழ்த்தியும், பகுத்தறிவுக் கருத்துக்களை முன்னிறுத்தியும் அழகிய பாடல்களைப் பாடி நாத்திகத்தை வளர்க்க முற்பட்டார்.

எல்ல மான்சிள புட்சையா ஜாதி மறுப்புத் திருமணம் செய்து கொள்வதன் மூலம் ஜாதிக் கொடுமைகளை ஒழிக்க விரும்பினார். அவர் பூவல்ல சூரியத்தின் மகளைப் பெரும் எதிர்ப்புகள் நடுவே திருமணம் செய்து கொண்டார். பெரும் பகுத்தறிவு வாதியான கவிராஜ் திரிபூரணி ராமசாமி சிறப்பாக அத்திருமணத்தை நடத்தி வைத்தார். மதச் சடங்குகளைப் புறக்கணித்து, சமபந்தி விருந்துடன், தாழ்த்தப்பட்ட மக்களும் சமமாகக் கலந்துகொள்ள அழைக்கப்பட்டனர். பதிவுத் திருமணம் நாத்திகர்களிடம் பரவியது. எனது சகோதரர் சம்போசிவசராவ், கனவள்ளி எனும் பாரம்பரிய கிராமத்தில் ஒரு விதவைப் பெண்ணைத் திருமணம் செய்து கொண்டார். ஹரிஜனங்கள் முன்னின்று வரவேற்றனர். எல்லோருக்கும் சமபந்தி விருந்திடப்பட்டது. ஆச்சாரம் நிறைந்த அந்த கிராமத்தில் இதனால் பெரும் கலவரம் உண்டாகும் எனப் பலர் பயந்தனர். ஆனால் நாத்திக உணர்வின் வளர்ச்சியால் எல்லாம் அடங்கிப் போனது.

நாத்திக எழுச்சியால் மக்களின் அடிப்படைப் பண்புகள் மாறத் துவங்கின. சுகாதாரமின்றி, நாற்றமெடுத்துக்கிடந்த கிராமங்கள் நோயின்

பிறப்பிடம் என்பதை நாத்திகப் பிரச்சாரத்தால் மக்களுக்கு உணர்த்தப் பட்டது. அசுத்தமான சூழலும், பழக்கங்களும் மாற்றப்பட்டன. திறந்த வெளிகளில் மலம் கழித்த பழக்கத்தை மாற்ற கழிப்பிடங்கள் கட்டப்பட்டன. காந்தியின் கிராம நிர்மாணத்திட்டம் இதற்குக் கைகொடுத்து உதவியது.

நாத்திக உணர்வின் வளர்ச்சியின் அறிகுறியாக 1941 கணக்கெடுப்பில் 142 பேர் தங்களை நாத்திகவாதிகள் எனப் பதிவு செய்து ஜாதி மத அடையாளங்களைப் புறந்தள்ளினர். ராமசேசைய்யா பதிவின் போது தனது ஜாதி அடையாளத்தைக் கூற மறுத்ததால் பதிவாளர் அவரிடம் கோபித்துக் கொண்டார். அதுபோலவே நீதிமன்றத்தில் கடவுளின் பெயரால்தான் உறுதி கூற வேண்டும் என்பதை முதுனூர் மக்கள் எதிர்த்துப் போராடி வெற்றியும் பெற்றனர். இதனால் முதுனூரை கடவுளற்ற கிராமம் என்றே அழைத்தனர்.

ஆத்திகமானாலும், நாத்திகமானாலும், சுய ஒழுக்கம் சமூக ஒழுங்கு ஆகியன அரசியல், பொருளாதார நிலைகளை மீறிக் கடைப்பிடிக்க வேண்டியன. அரசியலும் பொருளாதாரமும் வளர்ச்சி பெறாத தொன்மைக் காலத்தில், மதநெறிகளே முதலிடம் பெற்று வலியுறுத்தப் பட்டன. பின்னர் நவீன யுகத்தில் அரசியலும், பொருளாதாரமும் முதலிடம் பெற்றதால், அவையே பெரிதும் வலியுறுத்தப்பட்டன. பழமைக் கருத்துக்கள் பின்தள்ளப்பட்டதை நாத்திகம் செயல்முறைத் தத்துவமாக வேண்டுமானால், அது பொருளாதாரம், அரசியல் பற்றி கவனம் செலுத்த வேண்டும். ஏனெனில் இன்றைய யுகத்தில் மதத்தை விடவும் அரசியலும் பொருளாதாரமுமே மனிதனை வழிநடத்தும் சக்திகளாக உள்ளன. கல்வி, திருமணம், குடும்பக் கட்டுப்பாடு, குழந்தைகள் வளர்ப்பு, வேலை, விவசாயம், பாசனம், ரேஷன், சொத்து சட்டம் என அனைத்தும் அரசியலாலும் பொருளாதாரத்தாலுமே நிர்ணயிக்கப் படுகின்றன. இதற்கு உதவும் வகையில் 1940ல் வெள்ளையனே வெளியேறு போராட்டமும் வந்தது.

1941ல் மகாத்மா காந்தி தனிநபர் சத்தியாகிரகத்தை உலகப் போரில் இந்தியாவை ஈடுபடுத்தக் கூடாது என்று துவங்கினார். அஞ்சைய்யா மகாத்மாவின் வழியை விடவும், சுபாஷ் சந்திரபோசின் வழியே சரியெனக் கருதி பார்வார்ட் பிளாக்கில் சேர்ந்தார். போஸ் ஜெர்மனி சென்று அவர்களுடன் கூட்டாக பிரிட்டனை எதிர்த்தார். எனவே பிரிட்டிஷ் அரசு அனைத்து பார்வாட் ப்ளாக் கட்சியினரையும் கைது செய்தது. அஞ்சைய்யா தலைமறைவானார். பின்னர் சிறைபடுத்தப்பட்டார்.

1945ல் ஏற்பட்ட அரசியல் குழப்பத்தால் முதியோர் கல்வி நின்று போனது. வெள்ளையனே வெளியேறு இயக்கத்தில் நாங்கள் ஈடுபட்டோம்.

1942ல் பிற நாத்திக இயக்கத் தோழர்கள் நாத்திக மையத்தை அதன் அடிப்படைக் கோட்பாட்டின் வழியே நடத்த முன் வந்தனர். செல்லைய்யா, டாட்டையா, அர்ஜுனராவ் ஆகியோர் பொறுப்பேற்று நடத்தினர். மற்றொரு குழு அரசியல் நடவடிக்கையில் இறங்கி, வெள்ளையனே வெளியேறு இயக்கத்தில் ஈடுபட்டனர். என் மனைவி சரஸ்வதியும், மகள் மனோரமாவும், எனது சகோதரி சாம்ராஜ்யமும் கைது செய்யப்பட்டனர். கிருஷ்ணா மாவட்டத்தில் அதிகமாகக் கைது செய்யப்பட்ட இடம் முதுனூரே. அலிப்புரம் சிறையில் அடைக்கப் பட்டோம். பெரும்பாலும் தமிழ், தெலுங்கு, கன்னடம், மலையாளம் பேசும் தென்னாட்டினரே இருந்தனர். நான் அவர்களிடம் நாத்திகப் பிரச்சார வகுப்புகள் நடத்தினேன். சிறை கூட நாத்திகப் பயிற்சிக் களமானது.

9. என் குழந்தைகள்

எனக்கு ஒன்பது குழந்தைகள். ஐந்து பெண்கள். நான்கு ஆண்கள். முதலாளித்துவ சமூகத்தில் இது ஏற்க முடியாது பெரும் குற்றம், சுமை. ஆனால் சோசலிச சமூகத்தில் குழந்தைகள் செல்வம் என மதிக்கப்படுவர். அவர்களை நன்கு வளர்ப்பதற்கு நிதி உதவிகூட தரப்படும். தனியார் சொத்துடமையே குழந்தைகளைச் சுமையாகப் பார்க்கச் செய்கிறது.

1940ல் காந்தியைச் சந்தித்த போது பொது வாழ்வில் ஈடுபட்டுள்ள ஒருவர் எப்படி இத்தனை பிள்ளை பெற்று வளர்க்க முடியும் என்று வியந்தார். நான் ஏன் பிரமச்சரியத்தைக் கடைப்பிடிக்கக் கூடாது என்று கேட்டார். நான் எனக்கும் என் மனைவிக்கும் இடையில் செயற்கையான தடைச் சுவரைக் கட்டிக்கொள்ள விரும்பவில்லை. “எனது மனைவி உறவுகள், ஜாதியினர், சொத்துக்கள் ஆகியவற்றை எனக்காகத் துறந்து வாழ்பவள். நான் என் உறவையும் மறப்பது நியாயமாகாது” என்று கூறினேன். காந்தி அதை ஏற்றக்கொண்டதுடன், குழந்தைகளைக் கூட பொதுச் சொத்தாக வளர்க்க முடியும் என்பதைக் கண்டு பாராட்டினார்.

நாத்திகனான நான் கருத்தடை முறைகளைக் கையாளலாம். ஆனால் பிரமச்சரியம் சரியல்ல என்று கருதினேன். ஆனால் அப்போது கருத்தடை மாத்திரைகளோ பிற வழிகளோ இல்லை. பின்னர் 1948இல் நான் கருத்தடை அறுவை சிகிச்சை செய்து கொண்டேன். என் பிள்ளைகளை நாத்திகத்தின் செல்வங்களாக வளர்த்தேன். பெயர் வைப்பதில் கூட எங்கள் லட்சியத்தை உணர்த்தினோம்.

1928ல் சூரியகிரகணம் பற்றிய மூட நம்பிக்கையை ஒழிக்க, என் மனைவி வெளியில் சென்றபின் பிறந்தவள். அப்போது என்னுள் நாத்திக உணர்வு ஆழமாக இல்லை. எனவே எனது இலங்கை நண்பர் டாக்டர் அசேரப்பர் விருப்பப்படி ‘மனோரமா’ எனப் பெயரிட்டேன்.

1930 நாங்கள் நாத்திகர் என்பதால் ஜாதி விலக்கு செய்யப்பட்டோம். அப்போது காந்தி உப்பு சத்தியாகிரகம் துவங்கியிருந்தார். எனவே உப்பு எனப் பொருள்பட ‘லவணம்’ என என் மகனுக்குப் பெயரிட்டோம்.

1932ல் காந்தி இர்வின் ஒப்பந்தம். இரண்டாவது வட்ட மேஜை மாநாட்டில் கையெழுத்திடப்பட்டது. எனவே அன்று நிலவிய நட்பு உணர்வைக் குறிக்கும் வகையில் பெண்ணுக்கு ‘மைத்ரி’ எனப் பெயரிட்டோம்.

1934ல் ஆந்திரா டியுட்டோரியல் கல்லூரி மூலம் கல்வி முயற்சி துவங்கப்பட்ட போது பிறந்த மகளுக்கு ‘வித்யா’ எனப் பெயரிட்டோம்.

1937ல் காங்கிரஸ் தேர்தலில் மகத்தான வெற்றி பெற்றது. எனவே அப்போது பிறந்த மகனை 'விஜயம்' என அழைத்தோம்.

1939ல் நடந்த இரண்டாம் உலகப் போரின் போது பிறந்த மகனுக்கு சமரம் எனப் பெயரிட்டோம். 1941ல் சர்வாதிகாரிகளான ஹிட்லரும் முசோலினியும் உச்சத்திலிருந்தார்கள். மேலும் காந்தி காங்கிரசை வழி நடத்தும் சர்வாதிகாரியாகத் திகழ்ந்தார். எனவே 'நியந்தா' என அடுத்த மகனுக்குப் பெயரிட்டோம்.

1944ல் காங்கிரஸ் சுதந்திரப் போராட்டம் என்பதை விடவும் தேச மறு நிர்மாணம் முக்கியம் என மாறியதால், அப்போது பிறந்த பெண்ணை 'மாறு' என்று அழைத்தோம்.

1947ல் பிறந்த பெண் 'நவு'. இதற்கு ஒன்பது என்று பொருள். இதனால் உணர்வு பெற்ற என் நண்பர்களில் ஒருவர் ஆகஸ்ட் புரட்சியின் போது பிறந்த பெண்ணுக்கு 'ஆகஸ்ட்' என்றே பெயரிட்டார். சிறையிலிருந்து விடுதலை பெற்றபோது பிறந்த குழந்தைக்கு 'விடுதலை' என ஒரு நண்பர் பெயரிட்டார். 1955-ல் 'சூயஸ்' கால்வாய் பிரச்சினையின் போது பிறந்த என் பேத்திக்கு 'சூயஸ்' என்று பெயரிட்டோம். 1951ல் முதல் தேர்தல் நடத்தப்பட்டது. அதுசமயம் பிறந்த பேரனை 'சுனாவ்' (தேர்தல்) என அழைத்தோம். பல நாத்திக நண்பர்கள் தங்களது ஜாதி சார்ந்த பெயர்களை மாற்றிக் கொண்டனர்.

நாத்திகர்களான எங்கள் சூழலில் வளர்ந்த குழந்தைகள் இயல்பாகவே நாத்திகர்களாகவே வளர்ந்தனர். அவர்கள் கடவுளின் தேவையை உணரவில்லை. சரஸ்வதி பொட்டு வைத்துக் கொள்வதை விட்டார். பிள்ளைகளுக்குப் பூணூல் போடப் படவில்லை. மத ஜாதி அடையாளங்களற்றவர்களாகவே அவர்கள் வளர்ந்தார்கள். சமூக ஊழியர்களாகிய எங்களின் பிள்ளைகளும் அதே வகையான சமூகச் சூழலை சிரமமின்றி ஏற்றுக்கொண்டனர்.

உணவு உடை இவற்றிற்கு அடுத்து குழந்தைகள் வளர்ப்பில் மிகவும் தேவைப்படுவது கல்வி. திருமலா ராமராவ் எனும் நண்பர் சிறப்பு கவனம் எடுத்துக்கொண்டு என் பிள்ளைகளை ஆரம்பப் பள்ளிக்கு அனுப்பினார். அவர்கள் இந்தியும் படித்தார்கள். காந்தியடிகள் அனைவரும் இந்தி படிப்பதன் மூலம் ஒன்றுபட முடியும் என்றார். லவணம் இந்தியில் சிறப்பான மதிப்பெண்கள் பெற்றார்.

துர்காபாய் எனது பிள்ளைகளுக்கான கல்வி வழங்க முன்வந்தார். அவர் சென்னையில் நடத்திவந்த ஆந்திர மகிள சபாவிலிருந்து லவணமும் மைத்ரியும் படித்தார்கள். இரண்டாவது உலகப் போரில் சென்னை தாக்கப்பட்டதால் அவர்களின் கல்வி தடைப்பட்டது. லவணம் மீண்டும் பிரிட்டிஷ் கல்வியைத் தொடர விரும்பவில்லை. தனது சொந்த முயற்சியில் இந்தி, தெலுங்கு, ஆங்கிலம் படிக்கவும்,

பேசவும், எழுதவும் தேர்ச்சி பெற்றார். வினோபாவின் இந்தி உரையை தெலுங்கில் மொழிபெயர்க்கும் அளவு திறமை பெற்றார். நான் 1961-62ல் சேவாகிராமிலிருந்து டெல்லி பாதயாத்திரை சென்றபோது எனது உரையை அவரே இந்தியில் மொழிபெயர்த்தார்.

மனோரமா ஆரம்பக் கல்வி மட்டுமே பெற்றார். பின்னர் கஸ்தூரிபா டிரஸ்டில் நர்சிங் பயிற்சி பெற்று சேரிப் பகுதியில் சேவை செய்தார். மைத்ரி MA வும், வித்யா BA வும் படித்தனர். பின்னர் நாங்கள் விஜயவாடா வந்தபின் மற்றவர்கள் மாரிஸ் ஸ்டெல்லா பெண்கள் கல்லூரியில் பட்டப் படிப்பு முடித்தனர். தியாகிகள் நிதி உதவி அவர்களின் கல்விக்கு உதவியது. விஜயமும், நியந்தாவும் MA வும் M,Sc யும் முடித்தனர். பேராசிரியர் JSRL. நாராயணமூர்த்தி அவர்களுக்கு தங்க இடமும், உணவும் வழங்கி உதவினார். சமரம் சேஷகிரிராவின் உதவியால் மருத்துவம் படித்தார். பின்னர் சேஷகிரிராவ் எனது மகள் வித்யாவைத் திருமணம் செய்துகொண்டார். டாக்டர் சுசீலா நய்யார் உதவியால் மாறு மருத்துவம் படித்து முடித்தார்.

டாக்டர் ஜார்ஜ் வில்லோ எனும் அமெரிக்கர் இந்தியா வந்த சமயம் எமது நாத்திக மையத்திற்கு வந்து பார்த்தார். அதன் செயல்பாடுகளில் மகிழ்ந்த அவர் எனது பிள்ளைகளுக்கு பிலடெல்பியாவில் படிக்க உதவ முன் வந்தார். லவணம், விஜயம், நியந்தாராவு என ஒவ்வொருவராக அமெரிக்கா சென்று படிக்க வாய்ப்புக் கிடைத்தது. மத்ரு, சூர்யப்பிரகாசம் விஜயம் அமெரிக்கா செல்ல உதவினார்.

இவ்வாறு பிறரின் உதவியால் பிள்ளைகள் கல்வி நிறைவேறியது. இன்று அவர்கள் படித்து, நல்ல பதவிகளில் சிறப்பாக வாழ்வதற்கு நண்பர்கள் மற்றும் பொது மக்கள் உதவியே காரணம் என நன்றியுடன் நினைக்கிறோம்.

முதலாளித்துவ சமுதாயத்தில் தனிநபரின் லாப வேட்கையும், சொத்துச் சேர்க்கும் ஆசையும், திறமை உள்ளவர்களையும், நேர்மை உள்ளவர்களையும், பாதுகாப்பான, அதிக சம்பளம் தரும் வேலையை ஏற்று முதலாளிக்கு அதிக லாபம் ஈட்டித்தரச் செய்கிறது. அதிக சம்பளம் பெறுபவரின் திறமையும், நேர்மையும், முதலாளித்துவச் சுரண்டலை எதிர்த்து வீழ்த்தும் புரட்சிகரமான உணர்வை அவர்களிடம் அழித்துவிடுகிறது. அதிக சம்பளம் பெறுவோர்சுரண்டலுக்குத் துணை போகிறவர்களே. எனவே அவர்கள் முதலாளித்துவ சுரண்டலை வளர்க்கும்; அந்த அதிக சம்பள வேலைகளை ராஜினாமா செய்து வெளிவந்து புரட்சிகரமான மாறுதலுக்கான போராட்டத்திற்குத் துணை நிற்க வேண்டும்.

10. காந்தியைச் சந்தித்தேன்

எனக்கும் காந்திக்கும் உள்ள உறவு பற்றி நாத்திகர்களிடம் பெரும் விவாதம் எப்போதும் உண்டு. ஒரு நாத்திகவாதிக்கும், நான் கடவுளின் தொண்டன் எனும் ஒருவருக்கும் என்ன பொதுவான அம்சம் இருந்துவிட முடியும்? கடவுளின் சித்தமின்றி ஒரு புல்லின் இதழ்கூட அசையாது என்பவர் காந்தி. ஒருவர் தனது மனதுக்கு எது சத்தியம் என்று படுகிறதோ, அதற்காக எவ்வித சமரசமுமின்றிப் போராடுவதே சத்தியாகிரகம் என்கிறார் காந்தி. அசைக்க முடியாத பிரிட்டிஷ் அரசை எதிர்த்து ஆயிரம் ஆயிரம் சாதாரண மக்களை திரண்டெழச் செய்தது சத்தியாகிரகம் எனும் அகிம்சை வழி அறப்போர், கடவுளின் கட்டளையா? காந்தியின் கட்டளையா?

இந்த முரண்பாடு பற்றிக் கேள்வி கேட்டு 1930ல் காந்திஜிக்குக் கடிதம் எழுதினேன். 1944ல் அவரைச் சந்திக்கப் போனேன். எங்களது உரையாடல், "ஒரு நாத்திகருடன் காந்தியின் உரையாடல்" என்ற நூலாக வந்துள்ளது. கிஷோரிலால் முஷ்ருவாலா எனும் காந்தியின் உதவியாளர் முன்னுரையும் இந்தச் சிறிய 24 பக்க நூல் நவஜீவன் பதிப்பகத்தால் வெளியிடப்பட்டது.

"காந்தி முதன்மையாகச் செயல் வேகம் மிக்க நடைமுறை மனிதர். முரண்பாடுகள் நிறைந்த சூழ்நிலையைக் கூட எதிர்கொள்ளும் நடைமுறை மனிதர் அவர். அவர் சும்மா உட்கார்ந்து கொண்டு, எதையும், அறிவுப் பூர்வமாக ஆராய்ந்து கொண்டிருப்பவர் அல்ல. எதையும் மனிதகுல மகிழ்ச்சிக்காக மாற்றும் வலிமை படைத்தவர். எதையும் முன்பாகவே நிராகரிப்பவர் அல்ல. எந்த நல்ல காரியமும், தவறான கணிப்பால் இழந்து போகக்கூடாது எனக் கருதுபவர். முன் செல்ல முடியாத செயல்கள் தானாகத் தனது பலவீனத்தால் விழும் எனக் கருதுபவர். செயல் ஒன்றையே தனது தகுதியாக் கொண்டவர். அறிவையும் மன உணர்வையும், செயலுக்குப் பின்னாலேயே வைத்தவர். மருந்தின் தகுதி குணப்படுத்துவதிலேயே முடிவு செய்யப்படும் என்பர். செயல்களைக் கொண்டே அவர் மனிதர்களை மதித்தார். செயல் ஒன்றே நானும் அவரும் சந்திக்கும் புள்ளி.

ஒரு சேவாகிராமத்தில் செவிலியர்களுக்கு வகுப்பு எடுத்துக் கொண்டிருந்த நான், இதயம் எப்படி வேலை செய்கிறது என்பதைச்

செய்முறையால் காட்ட ஒரு தவளையை அறுத்தேன். அகிம்சைக்கு எதிரான செயல் என்று மாணவியர்கள் தவளையை அறுப்பதைத் தடுத்தார்கள். இது காந்திஜியின் காதுக்குப் போனது. "இதயம் செயல்படுவதை மாணவர்க்கு விளக்கத் தவளையை அறுத்துக் காட்டுவதுதான் வழி என்றால், செய்யுங்கள்" என்று அனுமதியளித்தார்.

இதற்கு நேர் எதிரான செயல்பாட்டை நான் கொழும்பு ஆனந்தா கல்லூரியில் நான் பணியாற்றியபோது சந்தித்தேன். இதே போன்று உயிரியல் செய்முறையில் தவளையை அறுத்துப் பரிசோதிப்பது தமது அகிம்சைக் கொள்கைக்கு எதிர் என அதன் நிர்வாகிகளான பௌத்தத் துறவிகள் தடை செய்தனர். ஆனால் அவர்கள் மாமிசம் சாப்பிட்டார்கள். அது தாங்கள் கொல்லவில்லை. கொன்றதைத்தான் தின்கிறோம் என்று விளக்கம் தந்தனர். மாறாக செயல்பாட்டுக்கு உகந்த நேர்மையான லட்சியவாதியாக காந்தி உண்மையாக வாழ்ந்தார்.

எனது மகள் மனோரமாவின் திருமணம். அவர்தான் ஒரு தீண்டத்தகாத இனத்தவரையே மணந்து கொள்ள முடிவு செய்தார். மனோராமாவுக்கும், அர்சுனராவுக்குமான திருமணம் காந்திஜியின் தலைமையில் சேவாகிராமில் நடத்தித்தர ஒப்புக் கொண்டார். எங்கள் நாத்திக லட்சியத்தை மதித்து காந்திஜீ, திருமண ஒப்பந்தத்தில் கடவுள் என்பதை உண்மை என்று மாற்றிக்கொள்ள முன்வந்தார். எனது மனைவியும், குழந்தைகளும் காந்திஜி தினமும் நடத்தும் பிரார்த்தனைக் கூட்டத்தில் கலந்துகொள்ளவில்லை. காந்திஜி அதைப் பொருட்படுத்த வில்லை. கடவுளின் பெயரைப் பொருளின்றித் திரும்பத் திரும்பச் சொல்லிக் கொண்டிருப்பதை விடவும், செயல்தான் முக்கியம் என்று கருதுபவர் காந்தி.

பின் ஏன் காந்தி தவறாமல் பிரார்த்தனைக் கூட்டங்களை நடத்தினார்? ஏன் ராம நாமத்தைத் திரும்பத் திரும்ப உச்சரித்தார்? வளர்ப்பு முறையால் அவர் ஒரு பக்திச் சூழலில் வளர்க்கப்பட்டவர். நானும் அப்படி வளர்க்கப்பட்டவனே. தனது லட்சியச் செயல்பாட்டுக்கு அது தடையாக இல்லாதவரை அதை அவர் தொடர்ந்தார். அறிவு, மனம் இவற்றிற்குத் தரும் முக்கியத்துவத்தை விடவும், செயல்பாட்டுக்கு முதலிடம் தருபவர் அவர். தேவைப்படும்போது தனது பழக்கங்களை மாற்றிக் கொள்ள அவர் தயங்கியதே இல்லை. முதலில் ராமனை முன்னிறுத்திய ரகுபதி ராகவ பாடலுடன் தான் பிரார்த்தனையை நடத்தினார். பின்னர் உண்மை, சத்தியம் ஆகியவற்றிக்கே முதலிடம் தந்தார். பின்னர் ஒரு சமயம் அவர், "நான் ஒருபடி முன்னே சென்று

சத்தியமே கடவுள் என்று சொல்லத் துவங்கினேன். உண்மையே கடவுள் என்பதற்கும் கடவுளே உண்மைதான் என்பதற்கும் உள்ள வேறுபாட்டை நீங்கள் உணர்வீர்கள். கடவுளே உண்மை என்பதைவிடவும் உண்மையே கடவுள் என்பதே மிகவும் சரியானது" என்றார். தம்முடன் இருந்த பகுத்தறிவாளர்களின் உணர்வையும், நியாயத்தையும் ஏற்றுக்கொள்ளும் வகையிலேயே அவர் இதைச் சொன்னார்.

1925 காங்கிரஸ் உறுதிமொழி கடவுள் பெயரால் எடுக்கப்படுவதை, பகுத்தறிவாளர்கள் எதிர்த்தனர். "மனசாட்சியின் ஆதரவாளர்கள் உணர்வை மதிக்கும் வகையில் கடவுள் எனும் வார்த்தையை நீக்கிவிடலாம். நான் உருவாக்கிய அந்த உறுதிமொழியை நான் வடிவமைத்தபோதே இக்கருத்து சொல்லப்பட்டிருந்தால் நான் கடவுள் பெயர் இல்லாமலேயே வடிவமைத்திருப்பேன்" என்றார் எனது மகளின் திருமணத்தில் அவர் கடவுள் பெயரை விட்டுவிட்டார்.

காந்தி ஒன்றும், பலர் நினைப்பது போல மூட நம்பிக்கை கொண்ட பழமைவாதியல்ல. லட்சக்கணக்கான மக்களை படித்தவர்கள் பாமரர்கள், நம்பிக்கைவாதிகள், பகுத்தறிவாளர்கள் எனப் பலதரப்பட்டோரையும் உன்னதமான விடுதலை என்னும் லட்சியத்தை நோக்கி வழிநடத்திச் சென்ற தலைவர் அவர். பழமையை எதிர்ப்பதும், ஒழிப்பதும் அப்போதைய முதன்மைத் தேவை அல்ல. 1946ல் நடைபெற்ற ஹரிஜன சேவா சங்கத்தில் அவர், "நான் எனது நம்பிக்கைகளைக் கொண்டிருப்பது ஒருபுறம் வேறு, அதே சமயம் பிறர் தமது நம்பிக்கைகளைக் கொண்டிருப்பதும், அதை மதிப்பதும் வேறு. எனது மனம் தினம் தினம் வளர்கிறது, மாறிக்கொண்டே இருக்கிறது. முன்னோக்கி நகர்ந்து கொண்டே இருக்கிறது. எல்லாம் என் விருப்பப்படியே நடக்கும் என்று நான் எதிர்பார்ப்பது தவறு. எனவே நான் பொறுமையுடன் காத்திருப்பதும் மாற்றங்களை மெதுவாக நிகழ அனுமதிப்பதும் தேவை" என்றார். மாற்றங்களை அவர் விரும்பினார். ஏற்றுக்கொண்டவர். ஆனால் அவற்றை அவர் திணிக்க விரும்பவில்லை. 1947ல் நடந்த இனக்கலவரத்தின் போது இந்து முஸ்லிம் ஒற்றுமையை முன்னிறுத்தும் வழியில், அவர் தமது பிரார்த்தனையில் அல்லாவின் பெயரை இந்துக் கடவுளின் பெயருக்கு மாற்றாக ஏற்றுக்கொண்டார். இது இந்துக்கள் மத்தியில் பெரும் எதிர்ப்பை உருவாக்கியது. எனினும் காந்திஜி தனது முடிவில் உறுதியாக நின்றார். அவர் இந்துமத வாதிகளின் குண்டுக்கு பலியாக இதுவே காரணம்.

காந்தி தன்னை ஒரு சனாதன இந்து எனக் கூறிக்கொண்ட போதும், அவர் உண்மையில் ஒரு மனிதாபிமானியே. மனிதக் கடலில்

மனிதாபிமானம் கொண்ட மனிதர்களைக் காண்பதுதான் அரிதாக உள்ளது. ஜாதி, மதம், இனம், மொழி, தேசம், கலாச்சாரம், வர்க்கம், அரசியல் என மக்கள் குறுகிய வெறிஉணர்வால் சிறைப்பட்டு தனிமைப்பட்டு வாழ்கின்றனர். இந்த குறுகிய பிளவுபட்ட உலகில் மனிதாபிமானத்திற்கு இடமில்லாமல் போய்விடுகிறது. எனவே தான் காந்திஜி குறுமதியாளர்களால் கொல்லப்பட்டார்.

உண்மையும், முற்போக்கான சமூக மாற்றங்களை ஏற்கும் திறந்த மனப்பான்மையும், மனிதாபிமானமும் தான் என்னை காந்திஜியிடம் ஈர்த்த உன்னதப் பண்புகள். இவையே என்னையும் என் போன்ற நாத்திகர்களையும் காந்தியை ஏற்றுக்கொள்ளவும், நாங்கள் அவரது பிரார்த்தனைக் கூட்டங்களுக்குச் செல்லாத போதும், அதை அவர் ஏற்கவும் காரணமானது. காந்தியின் கடவுள் நம்பிக்கைவெளிப்படையானது. அதன் மூலம் அவர் பெரும்பான்மை மக்களுடன் தொடர்புகொள்ள உதவியது. பின் அது மாற்றங்களை உண்டாக்கும் தன்மை இழக்கவும், அவர்களின் நம்பிக்கையை விடாமல் பிடிக்கவும் காரணமானது. நாத்திக முறை முதலில் தயக்கத்தையும், மக்கள் தொடர்பைக் கடினமானதாகவும் கொண்டு உள்ளது. ஆனால் மாற்றம் உண்டாகிவிட்டால் அது நிலையானதாகவும் உறுதியானதாகவும் நிலை பெறுகிறது.

காந்தி எனது நாத்திகக் கொள்கையை ஏற்றுக்கொண்டார். ஆனால் நாத்திகம் என்பதற்குப் பல தவறான புரிதலும், தயக்கமும் உள்ளதால் வேறு மாற்றுப் பெயர் எதையும் வைத்து அழைப்பது வளர்ச்சிக்கு உதவும் என ஆலோசனையும் கூறினார். சாதாரணமாக நாத்திகம் என்றால் கெட்டது என்று புரிந்துகொள்ளப்படுகிறது. எனினும் ஒரு நிரந்தரமான மாற்றம் உண்டாக வேண்டும், சரியான புரிதல் உண்டாக வேண்டும் என நான் கருதியதால் வேறு பெயர்பற்றி நான் சிந்திக்கவில்லை. நாத்திகம் என்பதன் இத்தகைய தவறாக நம்பிக்கைகளை எதிர்த்துப் போராடியாக வேண்டியுள்ளது. நாத்திகத்தின் மெதுவான ஒவ்வொரு வெற்றியும் மனிதாபிமானத்தை நோக்கிய வெற்றிப்படியே.

11. அரசியலில் நுழைந்தோம்

துவக்கத்தில் எங்கள் நாத்திக மையச் செயல்பாடுகள் காந்திய நிர்மாணச் செயல்பாடுகள் போலவே இருந்தன. காந்தியச் செயல்பாடுகள் காங்கிரஸுக்குத் துணையாக நின்றன. அதனால் தேசம் முழுதும் அதன் தாக்கம் இருந்தது. ஆனால் எங்களது முதியோர் கல்வி, தீண்டாமை ஒழிப்பு, கிராம சுகாதாரம், பெண்விடுதலை போன்றவற்றை சில கிராமங்கள் அளவிலேயே செய்து வந்தது. அதுவும் எவ்விதமான அரசியல் தொடர்புகளும் இல்லாமல் நடந்து வந்தன. எனினும் பழமை வாதிகளுடனும், முதலாளித்துவ அரசு நிர்வாகத்துடனும் நாங்கள் மோதி வந்தோம். சமூக சேவை விரிவாகவும், ஆழமாகவும் நடைபெற அரசியல் பிணைப்பு மிகவும் அவசியமானது.

காந்தி ராமசாமி எனும் நாத்திகரிடம் பேசும்போது தான் ஒரு அரசியல்வாதி அல்ல, முதன்மையாக ஒரு மத நம்பிக்கையாளன், கடவுள் நம்பிக்கையாளன். சமூக சீர்திருத்தவாதி என்றார். அரசியல் தனது லட்சியப் பாதையில் சந்திக்கும் ஒரு நிகழ்வு அவ்வளவே, தான் அரசியலுக்குள் இழுக்கப்பட்டது ஒரு விபத்தே என்றார். முதுனூரில் எங்கள் பணி எதிர்பார்த்த அளவு வெற்றிகரமாக நடந்தது என்று திருப்திப்பட முடியாது. சூரியம் ஒரு வெற்றிகரமான இன்ஸ்யூரன்ஸ் ஏஜண்டானார். நகுலபள்ளி, சீத்தாராமையா ஒரு சிறந்த சமூக சேவகரானார். கலப்பலா சூரியம் சட்டமன்ற உறுப்பினரானார். இவர்கள் அனைவரும் எங்கள் முதியோர் பள்ளியில் உருவானவர்களே. முதுனூரில் தீண்டாமைக் கொடுமை ஓரளவு குறைந்திருந்தது. கடவுளற்ற கிராமம் எனச் சொல்லப்பட்ட இக்கிராமத்தில் 142 பேர் ஜாதியற்றவர்கள் எனத் தம்மைப் பதிவு செய்து கொண்டுள்ளனர். அரசியல் பின்னணியற்ற சமூக சீர்திருத்தம் பலமற்றதாகவே இருக்கும் காங்கிரஸ், நாட்டுக்கு விடுதலை பெற்றுத் தருவதில் வெற்றிபெற்றது. ஆனால் சமூக மாற்றத்தை அது உண்டாக்கவில்லை. சமூக மாற்றத்திற்கான முயற்சியற்ற அரசியல் குருட்டுத்தனமானது. அதுபோல அரசியல் துணையற்ற சமூகப்பணி வெற்றி பெறாது. எனவே இரண்டையும் தேவையான அளவு இணைப்பதே வெற்றி தரும்.

1942ல் வெள்ளையனே வெளியேறு போராட்டத்தில் பங்கு பெற்றதிலிருந்து எமது அரசியல் ஈடுபாடு துவங்கியது. ஆனால் நாங்கள்

அதிகமாக அரசியலில் ஈடுபடவில்லை. இதற்கு நாத்திகமும், காந்தியின் தொடர்புமே காரணம். அதிகார அரசியல் எப்படியும் தவறோ சரியோ பதவியை அதிகாரத்தைப் பிடிப்பது என்ற போட்டியில், எந்த அநீதியும் நியாயப்படுத்தப்படுகிறது. ஜனநாயக சீர்கேட்டிற்கு அதிகார வெறியே காரணம்.

அரசியல் மக்களின் பிரச்சினைகளைத் தீர்க்க உதவவேண்டும். பதவி அரசியலில் இக்கடமை பின்னுக்குத் தள்ளப்படுகிறது. பதவி வெறியால் அதிகாரப் பரவல் தடைபட்டு, அதிகாரக் குவிப்பு உண்டாகிறது. இதை எதிர்த்து விழிப்புணர்வுண்டாக்கும் பணியை அரசியல் சாராத சமூக இயக்கங்கள் மேற்கொள்ள வேண்டும். இந்த இயக்கங்கள் பலவீனமாக உள்ளபோது, சமூகத்தில் விரக்தியே மிஞ்சுகிறது. அரசியல்வாதிகள் பதவி வெறி கொண்டவர்களாக அன்றி, மனித நேயம் மிக்கவர்களாக்கப்பட வேண்டும்.

காந்தி அதிகாரக் குவியலை எதிர்த்து, கிராமங்கள் வரை அதிகாரம் பகிர்ந்து தரப்பட வேண்டும் என்றார். அரசுத் தலைவர்கள் மக்களுக்குக் கட்டுப்பட்டவர்களாக இருக்க வேண்டும் என்றார். இந்திய விடுதலையின் பின் காந்தி ஆட்சிப் பொறுப்பை ஏற்றிருந்தால் அல்லது நேரு, காந்தியின் வழிகாட்டுதலின்படி ஆட்சியை நடத்தியிருந்தால், இந்தியா நேர்மையான அரசியலைப் பெற்றிருக்கும். பதவி வெறி அரசியல் வளர்ந்திருக்காது. காந்தி கொல்லப்பட்டார். நேரு ஏகாதிபத்திய அதிகாரக் குவியல் அரசியலை ஏற்றுக்கொண்டார். 1947ல் இந்தியா விடுதலை பெற்ற போதும், அது அதிகார அரசியலில் சிக்கி உண்மை அரசியலை இழந்தது.

இப்போது ஆத்திக வாதிகள் பரவலாகப்படும் அரசியலையே வரவேற்க வேண்டும். இதை அரசியல் அதிகாரம் பெற்றவர்களே செய்ய முடியும். மக்கள் ஆதரவைப் பெரிதும் பெற்ற வினோபா கூட இதை உருவாக்க முடியவில்லை. நான் எழுதிய கிராம சுயராஜ்யம் ஏன் எனும் நூல் சர்வோதயப் பதிப்பாக வெளிவந்தது. அது மையப்படுத்தப்படும் அதிகாரத்தின் அபாயத்தையும் பரவல் அதிகாரம் பற்றியும் விளக்கியது. கட்சிகளற்ற ஆடம்பரமற்ற அரசியல் பற்றி நாத்திகவாதிகள் வலியுறுத்தினர்.

1946ல் மிர்துலா சாராபாய் என்னை கஸ்தூரிபா நினைவு அறக்கட்டளை நடத்திய முகாமில் பங்கேற்க அழைத்தார். பகுத்தறிவுவாதியான அவர், என்னை மூடநம்பிக்கைகள் பற்றிப் பேசச் சொன்னார். நான் நாத்திகம் மூலமே மூடநம்பிக்கைகளை ஒழிக்க

முடியும் என்றேன். பார்வையாளர்கள் பெரிதும் எதிர்த்தனர். மிர்துலா நிகழ்ச்சியில் பிரார்த்தனையை விட்டுவிட்டார். இது பற்றி காந்திஜியிடம் புகார் கூறப்பட்டது. காந்தி இதைப் பெரிது படுத்தாமல், பிரார்த்தனை வேண்டும் என்பவர்கள் செய்துகொள்ளட்டும் என்று கூறிவிட்டார். காங்கிரஸ்காரர்கள் காந்தியவாதிகளாக இருப்பதை விடவும் கடவுள் வாதிகளாகவே இருந்தனர்.

மிர்துலா அடுத்த ஆண்டு காங்கிரஸ் கட்சியில் செயலரானார். கேஸ்கர், சாதிக்கான் ஆகியோரும் இடம் பெற்றிருந்தனர். என்னை அலகாபாத், டெல்லி முகாம்களின் பொறுப்பாளராக நியமித்தனர். காந்திஜி பல்கிக் காலனி எனும் ஒரு அரிசனச் சேரியில் தங்கியிருந்தார். நான் காந்திஜி தங்கிய சேரிக்கு அடிக்கடிச் சென்று வந்தேன். அதற்கும், அப்போது தற்காலிக அரசுப் பொறுப்பேற்றிருந்த காங்கிரஸின் அமைச்சர்கள் தங்கி இருந்த ஆடம்பர பங்களாக்களுக்கும் மலைக்கும் மடுவுக்கும் உள்ள வித்தியாசம் இருந்தது. காந்திஜியின் பெயரால் ஆட்சிக்கு வந்தவர்களுக்கும், காந்திய லட்சிய வாழ்வுக்கும் சிறிதும் சம்மந்தம் இல்லாமல் போகத் துவங்கியது தெரிந்தது.

அப்போது டில்லி காங்கிரஸ் கமிட்டியின் தலைவராக இருந்த முகமத் ரஹமதுல்லாகான், என்னையும், சரஸ்வதியையும் விருந்துக்கு அழைத்தார். விருந்தில் மாட்டுக்கறி பரிமாறப்பட்டது. நாங்கள் உணவுப் பழக்கத்தால் ஜாதி உணர்த்தப்படுவதை எதிர்த்தோம். எனினும் பெரும்பாலும் சைவர்களாகவே இருந்தோம். எனினும் எங்கள் தாராளமான கலப்பு உணர்வை உணர்த்தும் வகையில் ஒரு துண்டு மாமிசத்தை மட்டும் உண்டோம். நான் கானிடம் பன்றி மாமிசம் உள்ளதா என்று கேட்டேன். இந்துக்கள் எப்படி மாட்டு இறைச்சியை மதக் காரணம் கொண்டு மறுக்கிறார்களோ, அதுபோலவே முஸ்லீம்கள் பன்றி மாமிசத்தை ஒதுக்கினர். கான் நடந்த தவறை உணர்ந்தார். உணவில் கூட இந்து முஸ்லீம் வேற்றுமை இருப்பதைத் தவிர்க்க வேண்டியதன் அவசியத்தை உணர்ந்தோம்.

இருபது ஆண்டுகளுக்குப் பின் உணவுப் பழக்கத்திலும் உள்ள மத மூடநம்பிக்கையைப் போக்கும் வகையில் மாட்டிறைச்சியும், பன்றி இறைச்சியும் கொண்ட விருந்துக்கு ஏற்பாடு செய்தோம்.

12. காந்தியும் மார்க்சும்

மார்க்சுக்கு உண்மையானவராக லெனின் வாழ்ந்ததுபோல், காந்திக்கு உண்மையானவராக நேரு வாழவில்லை. காந்தியின் எளிமையும், சிக்கனமும் சுதந்திர இந்தியாவின் வளர்ச்சிக்கு ஒத்துவராது என்று கருதினார். சுதந்திரம் பெறும் நாள் வரை நேரு காந்தியை அவர் வசித்த சேரியில் வந்து சந்தித்துச் சென்றார். ஆனால் ஒரு காப்பு அரசுத் தலைவர் என்ற வகையில் ஒரு ஆடம்பரமான பிரிட்டிஷ் மாளிகையிலேயே தங்கியிருந்தார். கவர்னர்கள், அமைச்சர்கள், நாடாளுமன்ற உறுப்பினர்கள், ஜனாதிபதி ஆகியோர் மக்களின் சேவகர்கள், எனவே மக்களைப் போலவே எளிமையாக வாழ வேண்டும் என்றார் காந்திஜி. ஆடம்பரமான பெரிய பங்களாக்கள், மிக அதிகமான சம்பளம் பெறுவதை மறுக்க வேண்டும் என்றார். நேருவோ, வேறு எந்த காந்தியரோ அதை ஏற்றுக்கொள்ளவில்லை.

லெனினோ நேருவுக்கு மாறாக நடந்து கொண்டார். அவர் தலைமை ஏற்ற பின் தனது சம்பளத்தை உயர்த்த முன்வரவில்லை. கார்கி மலையில் ஜார் காலத்தில் அதிபருக்கென அமைக்கப்பட்ட மாளிகையில் தங்க மறுத்தார் லெனின். மாறாக அங்கு இருந்த வேலைக்காரர்கள் குடியிருப்புப் பகுதியிலேயே தங்கினார். நான் மாஸ்கோ சென்ற போது லெனின் தங்கிய அப்பகுதியைக் கண்டபோது வியந்து போனேன். எனக்கு அப்போது காந்தி சேவா கிராமத்தில் வாழ்ந்த எளிய குடிசைதான் நினைவுக்கு வந்தது. அவை இரண்டும் தீன்மூர்த்தி பவனிலிருந்து முற்றிலும் வேறுபட்டதாக இருந்தது. இந்த வேறுபாடு கொள்கையில் ஒருவர் கொண்டுள்ள ஈடுபாடு, மரியாதை இவற்றின் வேறுபாட்டின் சான்றாக எனக்குப் பட்டது.

லெனின் எளிமையால் வழி நடத்தப்பட்ட கம்யூனிஸ்டுகள் எளிமையின் சின்னமாக மக்களுக்கு வழிகாட்டிக் கொண்டுள்ளனர். நேரு போலக் காங்கிரஸ்காரர்களும் காந்தியத்திலிருந்து விலகிச் சென்றனர்.

வெள்ளையனே வெளியேறு போராட்டத்தின் பின் மனம் உடைந்துபோன காந்தியர், திருமலா செல்லய்யா கம்யூனிஸ்டாகிப் போனார். காந்திய விடுதலைப் போரில் இருமுறை சிறை சென்றவர் அவர். எல்லம்மாச்செல்வி ராமகிருஷ்ணய்யாவும், கம்யூனிஸ்ட்டாகிப்

போனார். தலைமறைவாகப் போராடிய அவர் போலீசால் சுட்டுக் கொல்லப்பட்டார். செல்லய்யா தூக்கு தண்டனை விதிக்கப்பட்டு, பின் தப்பித்தார்.

செல்லையா என்னையும் கம்யூனிஸ்டாகத் தூண்டினார். கம்யூனிஸ்டுகளின் எளிமைக்கும் செயல்பாட்டுக்கும், காங்கிரஸ்காரர்களின் ஆடம்பரப் பகட்டுக்கும் உள்ள பெரும் வித்தியாசத்தை உணர முடிந்தது.

காந்தியத்திற்கும், மார்க்சியத்திற்கும் உள்ள கருத்து, செயல் வடிவான வேறுபாடுகளை நான் ஆய்வு செய்தேன். மார்க்சியத்தின் வரலாற்றுப் பயன்பாடு தனிமனித உரிமையை மறுக்கிறது. நாத்திகம் தனிமனித சிந்தனையை உரிமையை வலியுறுத்துகிறது. மார்க்சியம் சர்வாதிகாரம், ரகசியம், தலைமறைவு வாழ்க்கை ஆகியவற்றை நியாயப்படுத்துகிறது. கம்யூனிச ஆட்சிக்கு இவை அவசியம் என்கிறது கம்யூனிசத்தின் ரகசியத்தையும், காங்சிரசின் ஆடம்பரத்தையும் நான் எதிர்க்கிறேன். ஆனால் இரண்டிலும் நல்ல அம்சங்களும் உண்டு. தவறான கருத்துக்களும் உண்டு. நாத்திகம் மூலமே இரண்டின் குறைகளும் நிவர்த்தி செய்யப்படும். நாங்கள் சுயமான பாதையில் அரசியல், சமூகச் செயல்பாடுகளைத் தொடர்ந்தோம். அவை காங்கிரஸ், கம்யூனிஸ்ட் இரண்டிலிருந்தும் வேறுபட்டும், உடன்பட்டும் இருந்தன.

1948- ஜனவரி 30 காந்தி கொலை செய்யப்பட்டார். காந்தியின் சீடர்கள், இந்து முஸ்லீம் வேறுபாட்டைக் களைய காந்தி சொன்ன வழிமுறைகளை ஏற்க மறுத்ததன் விளைவே. காந்தி ஜின்னாவுக்கும், முஸ்லீம்களுக்கும் விடுதலை பெற்ற இந்தியாவின் அரசை அமைக்கும் உரிமையை நிபந்தனை ஏதுமின்றி வழங்கப்பட வேண்டும் என்றார். மக்களை இந்து என்றும் முஸ்லீம் என்றும் பிரித்துப் பார்ப்பது முதல் தவறு என்றார். மதசார்பற்ற இந்தியாவின் குடிமக்கள் என்றே பார்க்கப்பட வேண்டும் என்றார். அப்படியே மதவாரியாகப் பார்க்கப் பட்டாலும், பெரும்பான்மையினரான இந்துக்கள் சிறுபான்மையினரான முஸ்லீம்களைப் பரிவுடனும், தாராள மனதுடனும் நடத்த வேண்டும். பதவி மோகம் அன்பான உறவை எதிர்க்கிறது. காங்கிரஸ் பிரிவினைக்கு ஒப்புக்கொண்டது. காந்தியின் அகிம்சை வழித் தீர்வு, மதவெறிக் கூச்சலில் மூழ்கிப்போனது. ஒரு சனாதன இந்துவை, ஒரு இந்துமத வெறியன் சுட்டுக் கொன்றான்.

காந்தியின் மரணத்தின்பின் காங்கிரசுடனான எனது அனைத்து உறவுகளையும் துண்டித்துக் கொண்டேன். எனது நாத்திகப் பாதையைச் செழுமை செய்வதிலேயே என் முழு கவனத்தையும் திருப்பினேன்.

முதுனூரிலிருந்து விஜயவாடாவில் உள்ள படமாடாவுக்கு நாத்திக மையத்தை மாற்றினோம். நண்பர்கள் அன்பான வழியனுப்பு விழாவை நடத்தி, எங்களுக்கு உதவும் வகையில் நன்கொடையும் வழங்கினர். போராட்டமும், வெற்றிகளும் நிறைந்த ஏழு ஆண்டுகளை முதுனூரில் கழித்தோம்.

பட்டூரி நாகபூஷணம் எங்களது குடிசை அமைக்கச் சிறிய நிலம் வாங்கித் தந்தார். அங்கு முதியோர் கல்வியை பக்கத்திலிருந்த சேரியில் துவங்கினோம். நாங்கள் அரிஜனங்களுடன் பணியாற்றுவதை காங்கிரஸ்காரர்களாக இருந்த போதும் கோவிந்தராஜுலு வெங்கடேஸ்வர ராவும், அவரது சகோதரர்களும் ஏற்றுக்கொள்ள வில்லை. அதனால் நிலச்சுவான்தார், கூலிகள் உறவு கெடும் என்று கருதினர். எனவே நாத்திக மையத்தைக் காலி செய்ய வற்புறுத்தினர். சின்னுபட்டி ராமகொண்டையா எனும் கிராமத்தலைவர் எங்கள் பணிகளில் பரிவு கொண்டு, தனது நிலத்தில் நாத்திக மையம் அமைக்க அனுமதித்தார். 1948 முதல் நாத்திக மையம் அங்குதான் நடைபெற்று வருகிறது.

விஜயவாடா நகரின், போக்குவரத்து எளிதான பகுதியில் மையம் அமைந்தது, அதன் வளர்ச்சிக்குப் பெரிதும் உதவியது. பட்டூரி நாகபூஷணம் நூலக வளர்ச்சியில் பெரும் அக்கறை கொண்டவர். அவருடன் நூலகங்கள் அமைக்கவும், முதியோர் கல்வி நடத்தவும் முற்பட்டேன். 1930ல் விடுதலைப் போராட்டத்தில் ஈடுபட்ட காந்தியர் அவர். நான் செல்லும் இடங்களிலெல்லாம் அரிஜனச் சேரியில் தங்குவது கண்டு அவர் மகிழ்ந்தார். ஆலம்புரில் மாநாடு நடந்தபோது தாழ்த்தப்பட்ட மக்கள் தூய்மைப் பணிக்கு மட்டுமே பயன்படுத்தப் பட்டனர். அவர்களுக்குச் சரியான மரியாதை தரப்படாததைக் கண்ட நாகபூஷணம் சேரியில், மாநாட்டுப் பங்கேற்பாளர்கள் விருந்துண்ணச் செய்தார். அந்த நிகழ்வு பெரும் சமூக விழிப்புணர்வுக்கு வித்திட்டது. அந்த விருந்தில் கடிச்சேரில ஹரிசர்வோத்ம ராவ் எனும் சுதந்திரப் போராட்ட வீரரும் பகுத்தறிவு வாதியுமாகப் புகழ் பெற்றவர் கலந்துகொண்டு உற்சாகமூட்டினர்.

அதுபோலவே கடப்பாவிலும், குண்டூரிலும் சமூக மாற்ற நிகழ்வுகள் நடத்தப்பட்டன. ஜாதியை ஒழிக்கவும், தீண்டாமையை ஒழிக்கவும், சமத்துவம் படைக்கவும் முன் வந்த நண்பர்கள் உறவு கிடைத்தது. பல முற்போக்கு சிந்தனையாளர்கள், சமூகசீர்திருத்த வாதிகளின் நட்பு வளையம் ஆந்திரா முழுதும் விரிவடைந்தது.

13. பொருளாதார சமத்துவம்

மனிதன் உயிர் வாழ முக்கியமானது பொருளாதாரம். இதைப் பெற மனிதர்கள் தங்கள் சுதந்திரத்தையும், தன்மானத்தையும் இழந்து கொண்டுள்ளார்கள். உணவும், வாழ்க்கை வசதிகளும் தருவதே மனித வாழ்வின் முதன்மை என்று கருதினால் போதும், தற்கொலைகளும் இருக்காது. மனிதருக்கு உணவு உத்திரவாதம் தந்துவிட்டால் கலையும், அறிவியலும் செழித்து வளரும். ஆசிய, ஆப்பிரிக்க நாடுகளின் பின்தங்கிய நிலைக்கு மக்களுக்கான சமூகப் பாதுகாப்பு இன்மையே காரணம்.

மனிதர் யாவரும் சமம் என்பது புதுநீதி. சமூகப் பாதுகாப்பு சமத்துவப் பகிர்வு கிடைத்துவிட்டால் மனிதகுலம் விரைந்து முன்னேறி விடும். போட்டிகள், பொறாமை, போர் இருக்காது. சோசலிச நாடுகள் சமத்துவத்தின் மூலம் முன்னேறி உள்ளன. முதலாளித்துவ நாடுகளும் பெரிதும் முன்னேறியுள்ள போதும், அங்கு சமூக சமத்துவம் இல்லை. எனவே பொருளாதார சமத்துவமே இன்றைய உடனடித் தேவை. மார்க்சிய வழி நாடுகள் இந்த பொருளாதார சமத்துவத்தை எய்தியுள்ளன. ஆனால் அதை அடைய சர்வாதிகாரமே பயன்படுத்தப்படுகிறது. தனிமனித சுதந்திரம் பலியிடப்படுகிறது. நாத்திகவாதிகள் தனிமனித சுதந்திரத்துடன், சமத்துவம் உருவாக்கப்பட வேண்டும் என்பதே நாத்திகத்தின் வழிமுறை.

சமத்துவம் என்பது ஜனநாயக வழியில் எந்த நாட்டிலும் உருவாக்கப்படவில்லை. எனவே வன்முறை மூலமும், தனிநபர் சுதந்திரத்தை இழந்தும் தான் சோசலிசத்தை உருவாக்க முடியும் என்பதை கம்யூனிச நாடுகள் உணர்த்தியுள்ளன. ஜனநாயகம் என்பது முதலாளித்துவ வழி எனக்கருதப்படுகிறது. காந்திஜி ஜனநாயக வழியில் சமத்துவத்தை அடைய முயன்றார். காந்தியின் நிர்மாணத் திட்டங்களில் 13 சமத்துவத்திற்கான திட்டங்களே. தர்மகர்த்தா முறை மூலம் சமத்துவம் அடையலாம் என நம்பினார். மிக உயர்ந்த சமுதாயத்தாலேயே சமத்துவம் தர்மகர்த்தா முறையால் நடக்கும். ஆனால் சர்வோதய இயக்கம் இதில் வெற்றிபெற முடியவில்லை. எனவே மார்க்சியத்தின் வெற்றி அதன் பாதையே சரி எனும் நம்பிக்கையை உருவாக்கியுள்ளது. தர்மகர்த்தா முறை ஒரு பொன் உலகக் கற்பனை,

நடைமுறைக்கு உதவாது என்ற எண்ணமும் உள்ளது. ஆனால் காந்தியின் நிர்மாணத் திட்டங்களில் பதின்மூன்றை நடைமுறைப் படுத்துவதன் மூலமாக அகிம்சை வழியில் சமத்துவத்தைக் கொண்டுவர முடியும் என நாத்திகர்கள் நம்புகின்றனர். ஜனநாயக வழியில் தர்மகர்த்தா முறையைக் கொண்டு வந்தால், தனிமனித சுதந்திரத்துடன் சமத்துவத்தை உருவாக்க முடியும். சட்டப்பூர்வமான அங்கீகாரம் மூலம் பொருளாதார சமத்துவம் உருவாக்க ஜனநாயக அரசுகள் முயல வேண்டும். கட்சிகளற்ற ஆடம்பர மற்ற வழியிலேயே ஜனநாயகத்தை நிலைநாட்ட முடியும்.

குடிவாடாவில் நடைபெற்ற காந்தி சங்க மாநாடு பொருளாதார சமத்துவத்தை, மார்க்சிய வழியில் மட்டுமின்றி காந்திய வழியிலும் அடைய முடியும் என்றது. அதில் காந்தியின் நிர்மாணத் திட்டங்கள் பதின்மூன்றும் நடைமுறைப்படுத்துவது பற்றி ஆலோசிக்கப்பட்டது. முடிய ராமராவ், புஜங்க பூஷணராவ், பகுத்தறிவாளர் கழகத்தின் S. ராமனாதன், S. ஜெகனாதன் போன்றோர் கலந்து கொண்டனர். கேட்ட்டி நாராயணராவ் தீர்மானங்களை வடிவமைத்தார். ஜனநாயக வழியில் சமத்துவத்தை அடைய மாநாடு ஓரளவு முயன்றது.

பின்னர் வார்தாவில் J. C. குமரப்பா தலைமையில் நான் செயலாளராக சமூக பொருளாதார சமத்துவத்திற்கான அமைப்பு உருவாக்கப்பட்டது. ஆடம்பரமற்ற, பதவி வெறியற்ற ஜனநாயகம் மூலம் சமத்துவத்தை உருவாக்கும் வழிகளை இது ஆராய்ந்தது.

நாத்திக ஜனநாயகத்தைப் பரப்ப ஒரு இதழைத் துவக்க முயன்றோம். லவணம் அச்சகப் பணிகளில் பயிற்சி பெற்றார். என் குடும்பத்தினர் அனைவரும் படமாடாவில் துவக்கப்பட்ட அச்சகத்தில் வேலை செய்தனர். ‘சங்கம்’ எனும் நாத்திக இதழ் வெற்றிகரமாக வெளிவந்தது. ஐந்து ஆண்டுகளுக்குப் பின் அதற்கு ‘பொருளாதார சமத்துவம்’ என்று பெயரை மாற்றினோம். லவணம் ஆசிரியரானார். பின்னர் ரங்கப்பா இதழைப் பதிப்பிக்கவும், நாத்திக வெளியீடுகளை அச்சிட்டுத் தரவும் முன்வந்தார்.

மேலும் ஒரு இதழை இந்தியில் வெளியிட்டோம் ‘மானுடம்’ (இன்சான்) எனப் பெயரிட்டோம். பின்னர் நாத்திகர் (எத்தியிஸ்ட்) எனும் ஆங்கில இதழையும் கொண்டு வந்தோம். தெலுங்கு, இந்தி, ஆங்கிலம் என நாத்திகக் கொள்கையை உலகம் முழுதும் பரப்ப முயன்றோம்.

பதிப்புப் பணியுடன், நிர்மாணத் திட்டங்களையும் உடன் எடுத்துச் சென்றோம். நகர்புறம் சார்ந்த பகுதியின் நிர்மாணத்திட்ட வேலைகள் படமாட்டா போன்ற கிராமப் பகுதியிலிருந்து வேறுபட்டதாக இருந்தது. வேலையின்மையும், வறுமையும் நகர்ப்புறத்தின் முதன்மைப் பிரச்சினைகள். தீண்டத்தகாதோர், ஒதுக்கப்பட்டோர், சேரிவாழ்வோரின் சமூகப் பாதுகாப்பு பெரும் சவாலாக இருந்தது. நகர்ப்புற வளர்ச்சிக்காக அவர்களது குடிசைகளை அழித்து விரட்ட, ஆட்சியாளர்கள் முற்பட்டனர். பணக்காரர்களின் தேவைக்காக 48 குடிசைகளை நகராட்சி அழிக்க முயன்றது. நாங்கள் நகராட்சியையும், மாநில அரசையும் மாற்று இடம் தந்த பின்னரே அகற்ற வேண்டும் எனக் கோரினோம். அதற்கு அரசுப் பொருளாதாரம் இடம் தராது என்றனர். நாங்கள் வெளியேற்றப்பட்ட ஏழைகளை தெருவோரம் உள்ள காலியிடத்தில் குடியேற்றினோம். இது சட்ட விரோதம் என்றனர். நகராட்சி அதிகாரிகள் வாழ்வுரிமையை மக்களுக்கு மறுக்க முடியாது என்றோம். தருமத்தின் வழிப்பட்ட நியாயத்தை, சட்டம் தடுத்துவிட முடியாது என்றோம். சட்டங்கள் மனிதருக்கானதே. சட்டம் மனிதர்களைப் புறக்கணிக்குமானால், நாம் சட்டத்தைப் புறக்கணித்து மக்களுக்கு வாழ்வுதர வேண்டும். எங்கள் உறுதியான போராட்டத்தால் மக்கள் வாழ்வுரிமை பாதுகாக்கப்பட்டது. இப்போது மக்கள் சுயமரியாதையுடனும், உறுதியாகவும் வாழ்கிறார்கள். இதற்கு நேர்மையே காரணம்.

என் பிள்ளைகள் மனிதாபிமானத்துடன் வளர்ந்தார்கள். அவர்கள் நன்கு படித்தார்கள். ஆனால் சம்பளம் பெறும் எந்த வேலையை விடவும், சுயமாக உழைப்பதையே விரும்பினர். மைத்ரியி, ஹேமலதா, லவணம் மூவரும், ஒரு மழலையர் பள்ளியைத் துவக்கினர். வாசவ்யா எனப் பெயரிட்டனர். நிதர்சனம், சமூகம், தனித்துவம் எனும் மூன்று தெலுங்கு வார்த்தைகளின் முதலெழுத்துக்களின் கூட்டே வாசவ்யா. ஜாதிப் பெயர்கள் இங்கு முற்றாகப் புறக்கணிக்கப்பட்டன. கல்வியில் பள்ளியுடன் பெற்றோர்களும் ஈடுபடுத்தப்பட்டனர். பெற்றோரும் வாழும் முறைமை கற்றனர். பள்ளியில் கடவுளை அவர்கள் தொடவே இல்லை. முதலில் மனோரமாவுக்கும், அர்சுன்ராவுக்கும் திருமணம் நடந்தது.

குழந்தைகள் சிறந்த கல்வி பெற்று வளர்ந்தார்கள். ஜாதி, மதம், கடவுள் பற்றிய கவலையின்றிக் குழந்தைகள் வளர்க்கப்பட்டனர். பெற்றோர்களும் இதற்குப் பெரிதும் ஒத்துழைத்தனர். இது ஒரு மகிழ்ச்சியான அனுபவமாக இருந்தது.

14. நேரடி நடவடிக்கை

நாத்திகமும் சுதந்திரமும் பிரிக்க முடியாதன. நாத்திகன் தனது சூழலுக்குத் தானே தலைவன். அவன் யார் மீதும் பலிபோட்டுத் தப்பித்துக்கொள்ள முடியாது. பொறுப்புணர்வுடனும், நேரடிச் செயல்பாட்டின் மூலமும் அவர் தன்னைச் சுற்றி நடக்கும் அநீதிகளுக்குத் தீர்வு கண்டாக வேண்டும். காந்தியின் சத்யாகிரகமும் அத்தகைய நேரடி நடவடிக்கையே. கடவுள் மீதான நம்பிக்கை ஒரு சத்யாகிரகத்துக்கு அவசியம் என்று அவர் சொன்னது சம்பிரதாயமான உற்சாகமூட்டல் வார்த்தையே. நாத்திகரும் சத்யாகிரகியும் அநீதியை எதிர்த்து நேரடியாகப் போராடுபவர்களே.

சரி என்பதையும் தவறு என்பதையும் நேருக்குக் நேர் சந்திக்கச் செய்வது நேரடி நடவடிக்கை. இதை மேற்கொள்பவருக்கு ஒழுக்கமான நடத்தை தேவை. நகரங்களில் மக்கள் பட்டினியில் வாடுகையில் அரசு காலியிடங்களில் பயனற்ற செடிகளை தண்ணீரும் உரமும், காசும், உழைப்பும் செலவு செய்து வளர்ப்பது அநீதி, எனவே மக்களுக்குப் பயன்படும் செடிகளை அந்த இடங்களில் வளர்க்க வேண்டும் என்பதை வலியுறுத்தி போராட்டம் துவங்கினோம். நகராட்சிக்கு பொது இடங்களில் காய்கறிச் செடிகளே வளர்க்க வேண்டும் என்று எழுதி வலியுறுத்தினோம். பின் 1968 அலங்காரச் செடிகளைப் பிடுங்கி எறியும் போராட்டத்தைத் துவக்கினோம். அதில் ராமராவ் எனும் பெயர்பெற்ற சமூக சேவகரும் தானாக வந்து சேர்ந்து கொண்டார். குரோட்டன்ஸுக்கு பதில் தக்காளி, வெண்டை, புல்லுக்கு பதில் கொத்தமல்லி விதைத்தோம். சாலையில் சென்றவர்களும் எங்கள் செயலின் நியாயத்தைப் புரிந்துகொண்டு ஆதரவு தந்தனர். நாங்கள் பொதுச் சொத்தை அழிப்பதாகப் போலீஸ் எங்களைக் கைது செய்தது. எங்களுக்கு மக்களிடையே ஆதரவு பெருகியதால் அரசு எங்கள் மீதான வழக்கைத் திரும்பப் பெற்றுக் கொண்டது.

பொதுவாழ்வில் ஆடம்பரமும், விரயமும் கூடாது எனப் போராடினோம். விடுதலை பெற்ற ஏழைநாட்டில் ஆள்பவர்கள் எளிமையாலும், நற்செயல்களாலும் மக்களுக்கு வழிகாட்டிகளாக நடக்க வேண்டும். ஆனால் ஆட்சியாளர்கள் சுயநலக்காரர்களாகவும், அரசுப் பணத்தை வீண்செலவு செய்பவர்களாகவும் மாறி ஊதாரித்தனமான செலவுகள் செய்வதை எதிர்த்துப் போராடினோம்.

மக்கள் விழிப்புணர்வுடன் இத்தகைய செயல்பாட்டில் இறங்குவதன் மூலமாகவே தவறுகளைத் தடுத்து நிறுத்த முடியும். கடவுள் நம்பிக்கையில் மூழ்கிப்போன மக்கள், ஆட்சியாளர்களையும் கடவுள் போல் நம்பி எதிர்க்க பயப்படுகின்றனர். நாத்திகர்கள் ஜனநாயகத்தில் மக்களே எஜமானர்கள் என்பதை உணர்த்துகிறோம். நேரடியான செயல்பாட்டுக்கு மக்களைத் தயார் படுத்துவதும் ஒரு சமூகக் கல்வியே.

ஆட்சியாளர்களுக்குச் சில வசதிகள் தேவையே. ஆனால் அவை வெற்று ஆடம்பரமாக இருக்கக் கூடாது. மக்கள் மூன்றாவது வகுப்பில் பயணம் செய்யும் போது, மக்களின் பிரதிநிதிகள் முதல் வகுப்பில் பயணம் செய்வது எப்படி நியாயமாகும்? மக்கள் வாழ வீடின்றிக் குடிசையில் வாடும்போது ஆள்பவர்களுக்கு மாளிகைகள் ஏன்? எனவே முதல் வகுப்புப் பெட்டியில் ஏறச் செல்லும் அமைச்சர்களைத் தடுத்து புகை வண்டி நிலையத்தில் போராடத் துவங்கினோம். சுண்டி வீராசாமி என்பவர் ஒரு நாவிதர். அவர் இத்தகைய நேரடிப் போராட்டத்தில் மிகுந்த ஆர்வம் காட்டினார். அமைச்சர்கள் P.V.G. ராஜு, T. விஸ்வநாதன் போன்றோர் எங்கள் போராட்டத்தின் நியாயத்தை உணர்ந்து மூன்றாவது வகுப்பில் பயணம் செய்தனர். V. கிருஷ்ணராவ் எனும் மற்றொரு அமைச்சர் மக்களுடன் பேருந்தில் பயணம் செய்தார். டாங்கூட்டுரி பிரகாசம் எனும் முதிய அமைச்சர் மூன்றாவது வகுப்பில் பயணம் செய்தார்.

ஆனால் ஒரு முறை ஒரு அமைச்சரை முதல் வகுப்புப் பெட்டியில் ஏறும்போது நாங்கள் தடுத்தோம். அவர் கோபமாக நீ யார் என்றார். நான் உடனே உன் எஜமானன் என்றேன். என் ஜனநாயக உரிமைக் குரல் அவரை அடங்கிப் போகச் செய்தது.

காந்தியுடன் சுதந்திரப் போராட்டத்தில் ஈடுபட்ட ராஜேந்திரப் பிரசாத் விடுதலை இந்தியாவின் முதல் ஜனாதிபதியானார். "ஏழை நாட்டின் காந்திய ஜனாதிபதி பிரிட்டிஷ் கவர்னர் ஜெனரலின் மாளிகையில் குடியேறுவதும் மிக அதிகமான சம்பளம் பெறுவதும் காந்தியத்திற்கு எதிரானது. மேலும் அவர் வெளியூர்களுக்குப் பயணம் செய்யும்போது, அங்குள்ள ஒரு சேரிக்குச் செல்வதும், அவர்களின் குறைகளைக் கேட்டு நிவாரணம் தருவதும் அவசியம்" என்று வேண்டுகோள் விடுத்தேன். அவர் என் வேண்டுகோள்களை நிராகரித்து ஒதுக்கினார். தனது ஆடம்பரத்தைக் குறைத்துக்கொள்ள அவர் முன் வரவில்லை.

அன்றைய ஆந்திர ஆளுனர் திரிவேதியிடமும் சேரிகளைச் சென்று பார்க்க வேண்டும் என்று வேண்டினோம். அவர் அதை உதாசீனப்படுத்தியதால் அவர் சென்ற இடமெல்லாம் கருப்புக் கொடிகட்டி எதிர்த்தோம். கடைசியில் அவர் தமது பயணத்தில் சேரிகளுக்குச் செல்வதையும் இணைக்க முன்வந்தார்.

சஞ்சீவி ரெட்டியும், பிருமானந்த ரெட்டியும் ஆந்திர முதல்வர்களாக இருந்த போது, அவர்கள் ஆடம்பர மாளிகையில் தனிமைப்பட்டு வாழாமல், மக்களுடன் கலந்து எளிமையாக வாழ வேண்டும் என்று கோரினேன். அதுபோலவே காங்கிரஸ் தலைவராக (1962) இருந்த போது இது பற்றி நீண்ட விவாதம் நடத்தினேன். 1962ல் நாங்கள் சேவாகிராமம் துவங்கி டெல்லி வரை 1100 மைல் நடை பயணத்தை மேற்கொண்டோம். 99 நாட்கள் நடைபெற்ற இப்பயணம் பொதுவாழ்வில் ஆடம்பரம் கூடாது என்பதை வலியுறுத்தி நடத்தப்பட்டது. சரஸ்வதியும், லவணமும் இதில் முன்னின்றார்கள். வழி முழுதும் கூட்டங்கள் நடத்தி மக்களே எஜமானர்கள் என்பதை உணர வேண்டும் என்பதை உணர்த்தினோம்.

நாங்கள் டெல்லி சென்றடைந்த போது பல்வேறு மாநிலங் களிலிருந்தும் 38 பேர் எங்களுடன் கலந்து கொண்டார்கள். நாங்கள் ஜவஹர்லால் நேரு மூத்த தலைவர் என்ற வகையில் முன்மாதிரியாக எளிமையைக் கடைப்பிடிக்க வேண்டும் என்று எழுதினோம்.

15. கட்சியற்ற ஜனநாயகம்

ஒருவனுக்கு ஒரு வாக்கு என்பது ஜனநாயகம். வாக்களிப்பதில் மட்டுமல்ல, பொருளாதாரத்திலும் சமத்துவம் என்பதை ஜனநாயகம் உறுதி செய்ய வேண்டும். ஆனால் இந்தக் கடமையை ஜனநாயகம் இதுவரை நிறைவேற்றவில்லை. நாத்திகர்கள் இது பற்றி ஆழமாகச் சிந்தித்தனர். ஜனநாயகம் இந்த முக்கியக் கடமையை ஆற்ற முடியாது தடுத்த சதிகாரர்கள் யார்? எப்படி சமூக சமத்துவம் ஜனநாயகம் தடுக்கப்பட்டது?

இதன் முக்கிய காரணம் மையப்படுத்தப்பட்ட அதிகாரமே. இதனால் தேர்ந்தெடுக்கப்பட்ட பிரதிநிதிகள் மக்களுக்குக் கட்டுப்பட்டவர்களாக இல்லாமல் போகிறார்கள். அவர்கள் தங்கள் அதிகாரத்தைத் தவறாகப் பயன்படுத்தவும் சுயநலக்காரர்களாகவும், ஊழல் வாதிகளாகவும் மாற, பதவி வெறியே காரணமாகிறது. மக்களின் நேரடி நடவடிக்கை மூலமாக அவர்களைக் கட்டுப்படுத்தவும், அவர்களின் ஆடம்பரம், ஊழலைத் தட்டிக் கேட்கவும் முடிகிறது.

மற்றொரு வழி சமத்துவத்தை நாடுவோரை ஜனநாயகமுறையில் தேர்ந்தெடுக்கச் செய்வது. அவர்கள் ஆடம்பரத்தை ஒழிக்கும் முன்மாதிரிகளாகவும், இதற்கான சட்டத்தை நிறைவேற்றவும் வாய்ப்பு உண்டாகிறது. இவ்வாறு தேர்ந்தெடுக்கப்படுவதில் தடை உள்ளது. அரசியல் கட்சிகள் ஜனநாயகத்தைக் கைப்பற்றியுள்ளன. கட்சியற்றவர்களைத் தேர்ந்தெடுக்கும் வாய்ப்பை அவர்கள் அழித்துவிடுகின்றனர். தங்களுக்குள்ளாகவே ஒருவர் தேர்ந்தெடுக்கப்பட, எல்லாவிதமான ஊழல்களையும், குறுக்கு வழிகளையும் மேற்கொள்கின்றனர். கட்சி பலத்தால் பெரும் நிதியை, ஊழலாலும் சேர்த்து வாக்குகளைப் பெற்று விடுகின்றனர். பதவி அரசியல், மக்கள் நல அரசியலை விழுங்கிவிடுகிறது. நாத்திகவாதிகள் கட்சிகளின் பதவி அரசியலுக்கு மாற்றான மக்கள் நல அரசியலை உருவாக்க, கட்சியற்ற அரசியலை உருவாக்க முயல்கின்றனர்.

நான் முதல் பாராளுமன்றத் தேர்தலில் (1952) போட்டியிட்டேன். ரிவி சட்டமன்றத்திற்குப் போட்டியிட்டார். நாங்கள் வெற்றிபெற முடியாமல் போனதும் ஜனநாயகத்தையை நிலை நாட்டினோம். மக்கள் மைய அரசியலைப் பிரச்சாரம் செய்ய அது ஒரு வழியானது. M.N. ராய்

இத்தகைய கட்சியற்ற ஜனநாயகத்தை முன்வைத்தார். A G K மூர்த்தி இதையே பிரச்சாரம் செய்தார். என்னை அவர் ஆதரித்தார்.

1967 சட்டமன்றத் தேர்தலில் நான் மீண்டும் போட்டியிட்டேன். லவணம் விஜயவாடாவிலும், வேறுபலரும் இவ்வகையில் போட்டியிட்டனர். கட்சிகளற்ற அரசியலை உருவாக்குவது குறித்த மாநாட்டை 1960ல் ஹைதராபாத்தில் நடத்தினோம். ஜெயபிரகாஷ் நாராயண் மாநாட்டைத் துவக்கி வைத்தார். தேர்தல் செலவைக் குறைப்பதன் அவசியம் வலியுறுத்தப்பட்டது. ஊழல், லஞ்சம், பணக்காரர்களுக்குக் கையாளாவது ஆகிய கேடுகளுக்கு அதிகத் தேர்தல் செலவு வழிவகுக்கிறது. தகுதி அடிப்படையில் நல்லவரைத் தேர்ந்தெடுக்கும் வாய்ப்பு வேண்டும். எதிர்ப்புக்காக எதிர்ப்பு என்பது தவறு. இவ்வாறு தேர்ந்தெடுக்கப்படுபவர்கள், மக்கள் நலச் சட்டங்களைக் கொண்டு வருவதில் ஒன்றுபடுவர். தலைவரைத் தகுதி நேர்மை அடிப்படையில் படிப்படியாகத் தேர்ந்தெடுக்கலாம். சட்டமன்றம் இரு எதிர் எதிர் அணிகளாகப் பிரிந்து கிடப்பதைத் தவிர்த்து, மக்கள் நலனுக்கு ஒன்றுபட்டுப் பணியாற்ற வகை செய்ய முடியும்.

கட்சியற்ற ஜனநாயகம் பற்றி விரிவாக விவாதித்தோம். கருத்தரங்குகள் கூட்டங்களை 1962ல் நடத்தினோம். டெல்லியிலும், காசியாபாத்திலும், ஊழியர் பயிற்சி முகாம் நடத்தப்பட்டது. ஹுப்ளி, கல்கத்தா, பெங்களூர், வாரங்கல் ஆகிய ஊர்களில் தொடர்ந்து ஒவ்வொரு ஆண்டும் இதற்கான கருத்தரங்குகள் நடத்தப்பட்டன. ஒவ்வொரு குடிமகனுக்கும் தேர்தலில் வாக்களிப்பது போலவே, தேர்தலில் போட்டியிடவும் உரிமை உண்டு. கட்சி அரசியல் மூலம் கட்சியற்ற அரசியல் சிந்தனையாளர்களுக்கு, வாய்ப்பு மறுக்கப் பட்டது. கட்சிகளின் ஏகாபோகம், ஆவணப்போக்கு, கட்சிகளற்ற ஜனநாயகத்தால் உடைக்கப்படும். எத்தனை பேர் வேண்டுமானாலும் போட்டியிடலாம். தமது தகுதி, வரலாறு, சேவை, நேர்மை இவற்றின் அடிப்படையில் ஒருவர் தேர்ந்தெடுக்கப்படலாம். கட்சி குறிப்பிடும், கட்சிக்கு ஆமாம் சாமி போடுபவர்களைத் தேர்ந்தெடுப்பதற்கு மாற்றாக, சுதந்திரமாக மக்கள் நலனுக்குச் சிந்திப்போர் தேர்ந்தெடுக்கப்படலாம். போலித்தனமான, கவர்ச்சித் தேர்தல் அறிக்கைகள் பலனின்றிப் போகும். சமூக சமத்துவமும், சமூக நீதியும் முதன்மை பெறும். தேர்ந்தெடுக்கப்பட்டவர் முழுப் பதவிக் காலமும் நேர்மையாகச் செயல்பட நிர்ப்பந்திக்கப்படுவர். அதிகார மையப்படுத்தப்படுதல் தவிர்க்கப்படும்.

ஜெயப்பிரகாஷ் நாராயணின் சர்வோதயா இயக்கம் கட்சியற்ற ஜனநாயகத்தை வலியுறுத்தியதால் 1951ல் நான் அதில் சேர்ந்தேன். சர்வோதயா மேடை கட்சியற்ற ஜனநாயகத்தைப் பரப்ப வாய்ப்பளித்தது. சர்வோதயா அரசியல் சார்பற்ற அமைப்பு எனவே அது கட்சியற்ற ஜனநாயகம் பற்றிப் பேசினாலும் அரசியல் சார்பற்றதாகவே இயங்கியது. கட்சியற்ற ஜனநாயகம் பற்றிய மாநாடுகளை நடத்த சர்வோதயாவில் ஒரு பகுதியினர் எதிர்த்தனர். அவர்கள் நமக்கு அரசியல் சார்பு இல்லை என்பதையே காரணமாகக் காட்டி எதிர்த்தனர்.

நாடாளுமன்ற உறுப்பினர் சிவமூர்த்திசாமி கட்சியற்ற ஜனநாயகத்தை ஆதரித்தார். இதற்கான சட்டம் கொண்டுவர வேண்டும் என தீர்மானத்தையும் நாடாளுமன்றத்தில் கொண்டு வந்தார். பிரதமர் என்பவர் பெரும்பான்மை கட்சி குறிப்பிடும் ஒருவராக இன்றி, அனைத்து நாடாளுமன்ற உறுப்பினர்களாலும் தேர்ந்தெடுக்கப்பட வேண்டும் என்ற தீர்மானத்தைக் கொண்டு வந்தார். இதற்காக ஒரு மாநாட்டை ஹுப்ளியில் நடத்தினார். இதில் SR. சுப்பிரமணியம், மஹாவீர் பாய், லவணம், நானும் கலந்து கொண்டோம்.

நாத்திகர்கள் கொண்டுவர விரும்பிய கட்சியற்ற ஜனநாயகம் என்பது பரவலான ஆதரவைப் பெறத் துவங்கியது.

16. கலகக்காரர்கள் சீர்திருத்தக்காரர்களானோம்

நாத்திகர்கள் திறந்த புத்தகம் போன்று ஒளிவு மறைவு அற்றவர்கள், புரட்சியாளர்கள், திறந்த மனதுடன் செயல்படுபவர்களே. நாத்திகர்கள் பழையது என்பதால் எதையும் புறக்கணிக்க மாட்டார்கள். அது மக்களுக்குப் பயனுள்ளதாக இருக்குமானால் அதை ஏற்பார்கள். நாத்திகர்களின் லட்சியம் மக்களின் வாழ்க்கைத் தரத்தை உயர்த்தி சமத்துவம் உண்டாக்குவதும், அதற்காகத் திறந்த மனதுடன் செயல்படுவதுமே. பழையவற்றைப் புது ஒளியில் காண்பதும் மாற்றுவதும் அவசியம். இவற்றை நடைமுறைப்படுத்த முயலும்போது, சுயநலக்காரர்களுடன் மோத வேண்டியாகிறது. அப்போது அவர்களை எளிதாக வன்முறையாளர்கள் என்று முத்திரை குத்திவிடுகிறார்கள்.

திருமணமாகாமலேயே தாயாக்கப்படும் இளம் பெண்களின் நிலை. இங்கு மிகவும் பரிதாபகரமாக உள்ளது. சிறுமியர்களுக்குத் திருமணம் செய்யும் பழக்கம் உள்ளது. 1935ல் குழந்தைகள் திருமணத் தடுப்புச் சட்டம் கொண்டுவரும் வரை, வயதுக்கு வரும் முன்னரே திருமணம் செய்விக்கப்பட்டனர். விதவை திருமணம் அனுமதிக்கப்படாததாக இருந்தது. திருமணமாகாமல் கருவுறும் பெண்கள், மாபெரும் குற்றம் செய்தவர்களாக சமூகத்தால் நிராகரிக்கப்பட்டனர். திருட்டுத்தனமான கருக்கலைப்பால் உயிரிழப்புக்கு உள்ளாகினர், அல்லது தற்கொலை செய்து கொண்டனர்.

1946ல் 25 வயது கொண்ட ஒரு பிராமண விதவைப் பெண் கருவுற்றதால் உறவினர்களால் ஒதுக்கப்பட்டு, கிராமத்தின் கடைசியில் இருந்த குளக்கரையில் ஆதரவின்றி விடப்பட்டாள். இது தெரிந்து நானும் என் மனைவியும் அவரை நாத்திக மையத்திற்கு அழைத்து வந்தோம். நன்கு பாதுகாத்து பிரசவமும் பார்த்து, குழந்தை பிறந்தபின் பாதுகாத்தோம். பின்னர் எங்கள் மையத்தில் ஜாதி வேறுபாடின்றி பல ஜாதியினரும் உள்ளதால் பிராமணர் அல்லாதவர் சமைப்பதும், அதைச் சாப்பிடுவதும் தனது ஆச்சாரத்திற்கு ஏற்காது என்று பிரிந்து சென்றார். அவர் மூலம் நாங்கள் பல பாடங்களைக் கற்றோம்.

திருமணமாகாது தாயானவர்களின் நிலைபற்றிக் கட்டுரைகள் எழுதினேன். தவறு செய்த ஆண் தப்பித்துக் கொள்கிறான். சமூகம் அவனை தண்டிப்பதில்லை. மாறாகப் பெண் மட்டும் தண்டிக்கப் படுகிறாள். இந்த அநீதி தடுக்கப்பட வேண்டும்.

ஹைதராபாத்தில் திருமதி டாங்கே என்பவர் ராதாகிருஷ்ணா இல்லம் என்ற அமைப்பை, இத்தகைய பெண்களுக்கு உதவ மிகச் சிறப்பாக நடத்தி வந்தார். தனிப்பட்டவரின் கருணையால் இந்த சமூக அவலம் தீர்க்கப்பட முடியாது என்பதை உணர்ந்தேன். சோவியத் நாட்டிலும், மக்கள் சீனத்திலும், இத்தகைய சமூக அநீதிக்கு ஆளான பெண்கள் சமஉரிமையுடன் காக்கச் சட்டம் உள்ளது.

நான் அமெரிக்காவுக்கும், ஐரோப்பாவிற்கும் பயணம் சென்ற போது, அங்கும் மணமாகாத தாய்மார்களுக்குத் தேவையான சட்ட, சமூகப் பாதுகாப்புகள் தரப்பட்டுள்ளதைக் கண்டேன். அங்கு திருமணம் என்பதே சமூகத் தேவையாக இல்லாமல் போய் வருகிறது. திருமணமாகாமல் தனிப்பட்ட உறவு மூலம் பிள்ளை பெறுவது என்பது சாதாரணமாக ஏற்கப்பட்டு வருகிறது. ஆனாலும் அவர்களுக்கான சமூக மரியாதை அங்கும் முழுமையாகக் கிடைப்பதில்லை.

1951ல் என் மகள் மைத்ரி திருமணமாகாமல் தாய்மையுற்றாள். இதற்குக் காரணமானவன் ஏற்கனவே திருமணமானவன் என்பதால் அவனை திருமணம் செய்விப்பது முடியாத ஒன்று. நானும் சரஸ்வதியும் இந்தப் பிரச்சினையை எதிர்கொள்ளத் தயாராகவே இருந்தோம். டாக்டர் அச்சம்மா என் மகளை கவனிக்கவும், பிரசவம் பார்க்கவும் உதவினார். பொது வாழ்வில் ஈடுபட்டிருந்த நாங்கள் எங்களைச் சுற்றி எவ்விதமான ஒளிவு மறைவும், திரை மறைவுச் செயல்பாடும் இருக்கக் கூடாது என்று கருதினோம். எங்கள் நண்பர்களுடன் பகிர்ந்து கொண்டு, இதற்கான தீர்வு பற்றிக் கலந்தாலோசித்தோம். சிலர் எங்கள் மகளைக் குறை கூறினார்; எங்கள் வாழ்க்கை முறையை, குழந்தை வளர்ப்பை, நாத்திக வாழ்வைக் குறை கூறினார்கள்.

ஆனால் உண்மையைப் போல் எளிமையானதும், உதவியானதும் வேறெதுவும் இல்லை என்பதை நாங்கள் ஆழமாக நம்பினோம். காந்தி அப்போது உயிருடன் இல்லை, எனினும் அவரது தத்துவம் எங்களுக்கு நம்பிக்கையூட்டி வழிகாட்டியது. கிஷோர் லால் முஷ்ரூவாலா என்பவர் எனது 'காந்தியுடன் ஒரு நாத்திகவாதி' என்ற நூலுக்கு முன்னுரை எழுதியவர். அவர் எனது செயலைப் பாராட்டினார்.

மைத்ரி ஒரு பெண் குழந்தையைப் பெற்றெடுத்தாள். பின் ஜோலைகுண்டா ராமலிங்கையா என்பவரை மணந்து, இப்போது மூன்று குழந்தைகளுடன் மகிழ்ச்சியாக வாழ்ந்து வருகிறாள். படித்துப் பட்டம் பெற்ற அவர் பெண்களுக்கான இல்லம் ஒன்றை நடத்தி வருகிறார். நிறவேறுபாடு போல, பாலின வேறுபாடும் கலையப்பட வேண்டிய ஒரு சமூக அநீதியே.

அடுத்து மாட்டு இறைச்சி, பன்றி இறைச்சி சாப்பிடுவது பற்றிய ஒரு சமூகத்தடை உணர்வு மதத்தால் வளர்க்கப்பட்டு வந்தது. இந்துக்கள் மாட்டு இறைச்சி பாவம் என்றார்கள். முஸ்லீம்களுக்கு பன்றி இறைச்சி

மதத்திற்கு எதிரானது. எனவே உணவிலும் மதநம்பிக்கை தேவையற்றது என்பதை உணர்த்த மாட்டு, பன்றி இறைச்சி விருந்து நடத்தினோம். நாங்கள் பொதுவாக சைவம் என்ற போதும், மதம் சாப்பிடத் தடையாக இருப்பது தவறு என்பதை உணர்த்த பல்வேறு இடங்களில் இத்தகைய விருந்துகளை நடத்தினோம். டெல்லியில் நடந்த விருந்தில் ரஹமதுல்லாகான் கலந்து கொண்டார். இதன் மூலம் மத மூடநம்பிக்கைகளை நீக்க விரும்பினோம். இதை பூரி சங்கராச்சாரியார் இதற்கு எதிர்ப்புத் தெரிவித்தார். நான் ஒரு இந்து அல்ல மனிதன். எனவே என்னை சங்கராச்சாரியார் கட்டுப்படுத்த முடியாது என்று பதில் தந்தேன். அவர் தனது பக்தர் வட்டத்துடன் எனக்கு எதிர்ப்புத் தெரிவிக்கத் திரண்டார். சட்டம் ஒழுங்குப் பிரச்சினையாகி விடக் கூடும் என்பதால் போலீஸ் குவிக்கப்பட்டது. எனினும் 136 பேர் இவ்விருந்தில் கலந்துகொள்ள வரிசையாக எவ்விதக் குழப்பமும் செய்யாமல் பெயர்களைப் பதிவு செய்து வந்தனர். விழா சிறப்பாகவும், வெற்றிகரமாகவும் நடந்தது. எங்களைப் பொறுத்த வரை இதுவும் ஒரு மூடநம்பிக்கை ஒழிப்பு முயற்சி. ஆனால் மதவாதிகள் நாங்கள் மதத்திற்கு எதிரான கலகக்காரர்கள் என்று கருதினர்.

இத்தகைய விருந்துகள் விசாகப்பட்டிணம், வேலூர் போன்ற இடங்களில் நடத்தப்பட்டன. கோவையில் R. கஸ்தூரி நடத்தினார். 800 பேர் கலந்துகொண்ட விருந்தில் பெரியார் ஈ.வெரா.சிறப்புரையாற்றினார். தனது 95 வயதிலும் தளராமல் பகுத்தறிவுப் பிரச்சாரம் செய்துவந்த சிறந்த நாத்திகர் அவர்.

சென்னையில் ஆப்ரஹாம் விருந்தை ஏற்பாடு செய்தார். 13 எனும் எண் பற்றிய மூடநம்பிக்கையை ஒழிக்க 13 பேரை பங்கேற்கச் செய்தார். C.S. மூர்த்தி, K. ரங்கசாமி, ஜனார்த்தனம், பால் போன்றோர் கலந்து கொண்டனர்.

சூர்ய பெட்டிலும் குடிவாடாவில் விருந்து பெரும் எதிர்ப்பின் மத்தியிலும் நடந்தது. சுப்பராவ் எனும் தேசபக்தரின் மனைவி மனோரமா பங்கேற்றார். சமஸ்கிருத அறிஞரான அவர் ஒரு சிறந்த நாத்திக வாதி.

மத மூடநம்பிக்கைகளின் அடித்தளத்தை இத்தகைய பெண், விடுதலை, உணவு மூடநம்பிக்கை போக்கல் ஆகியவற்றின் மூலம் நாத்திக மையம் அசைத்தது. சமூக ஒழுங்கையும், சமூக நீதியையும் உருவாக்கவும், பழைய மூடநம்பிக்கைகளைப் போக்கவும் நாத்திக மையத்தின் பணிகள் சமூக மரியாதை பெற்றன. காலப்போக்கில் கலகக்காரர்கள் என்று ஒதுக்கப்பட்ட எங்களை சமூக மேன்மைக்கான சமூக சீர்திருத்தவாதிகள், என மக்கள் மதித்து ஏற்கத் துவங்கினர்.

17. புதிய ஒளியில் நாத்திகம்

நாத்திகம் ஒன்றும் புதிதல்ல. ஆனால் நீண்டகாலமாக நாத்திகம் என்பது தவறாகவே புரிந்துகொள்ளப்பட்டு வருகிறது. ஒவ்வொரு மகானும் தன் காலத்தில் மத எதிர்ப்பாளன், அழிவுக்காரன், பணியாதவன் என்றே குற்றம் சாட்டப்பட்டுள்ளனர். நாத்திகம் என்பது உண்மையில் மாற்றத்தின் கருவி. முன்னேற்றத்தின் பாதை. மூடப்பழமையின் நீக்கம். மனிதாபிமானத்தின் விடியல். சார்லஸ் பிராட்லா. இங்கர்சால் போன்ற அறிஞர்கள் தம்மை கடவுள் பற்றிய கருத்தற்றவர்கள் என்று தம்மை அழைத்துக் கொண்டனர். நாத்திகத்தைப் பரப்பினர். பெரியார் ஈ.வெ. ராமசாமி தன்னை நாத்திகர் என்று பிரகடனப்படுத்திக்கொண்டு எழுத்தாலும், பேச்சாலும் அதைப் பரப்பி வருபவர். தம்மைப் பகுத்தறிவாளர் என்று அழைத்துக் கொண்டனர். நாத்திகத்திற்கு மாற்றாக பகுத்தறிவு, மனிதாபிமானம், சுதந்திர சிந்தனை என்ற சொல்லாடல்களைப் பயன்படுத்துகின்றனர். நாம் வெளிப்படையாக நாத்திகர் என்று பிரகடனப்படுத்தி, சமூக பொருளாதார, அரசியல் மாற்றுத் திட்டங்கள் மூலம் அதை உறுதியாகச் செயலாற்றுகிறோம். மற்றவர்கள் சமூக, கலாச்சாரத் திட்டங்களை மட்டும் மேற்கொள்கிறார்கள்.

இந்திய நாத்திகர் சங்கம் என்ற அமைப்பை நிறுவிய ஜெயகோபால் விசாகப்பட்டிணத்தில் மாட்டு, பன்றி இறைச்சி விருந்து நடத்தியதுடன், புனித நூல்கள் என்பனவற்றை எரித்தும் பல தைரியமான செயல்பாடுகளை மேற்கொண்டார்.

J. வீராசாமியும் அவரது தோழர்களும் ஹைதராபாத்தில் மட்டுமின்றி, ஆந்திரா முழுதும் ஜாதி ஒழிப்புக்காக, ஜாதிமறுப்புத் திருமணம், ஜாதிசார்ந்த பெயர்களைப் புதுமையாக மாற்றுவது போன்ற பணிகளை மேற்கொண்டனர். சுப்பாரெட்டி எனும் சட்டமன்ற உறுப்பினர் தனது பெயரை கமகோ என்று மாற்றிக் கொண்டார். அரசியலில் தமக்கு ஈடுபாடு இல்லை என்று அவர்கள் அறிவித்தார்கள்.

வித்யா, சேஷகிரிராவ் காங்கிரஸ்காரர்கள். இவர்கள் பூமாலைகளைப் புறக்கணித்து பழங்களையே மரியாதை நிமித்தம் பெற்றனர். இது அலங்காரப்பூக்களை புறக்கணிக்கும் தங்களது செயல்பாடாக

மேற்கொண்டனர். அதுபோலவே M.V. கிருஷ்ணராவ் எனும் அமைச்சர் மாலைகளைப் புறக்கணித்து, பழங்களையே பெற்றுக் கொண்டார்.

1955ல் வினோபா பூதான யாத்திரையாக ஆந்திரா வந்தார். அவர் பயணம் செய்த 7 மாதங்களிலும் லவணம் அவரது இந்தி உரையை மொழிபெயர்த்தார். வினோபா காலையும், மாலையும் பிரார்த்தனை நடத்துவார். அது போலவே கூட்டங்களையும் பிரார்த்தனையுடனேயே துவங்குவார். நாங்கள் கலந்து கொள்வதால், எங்கள் உணர்வுகளை மதித்து மௌனமாக பிரார்த்தனை மட்டுமே மேற்கொண்டார். மக்கள் தங்களுக்கு விருப்பமான கடவுளையோ, உண்மை, அன்பு போன்ற நற்குணங்களையோ சிந்தித்து தியானம் செய்யலாம் என்பார். நாத்திகர்களையும் மதிக்கும் உயர்ந்த பண்பின் வெளிப்பாடு அது. வினோபா எங்களது நாத்திக மையத்திற்கு வருகை புரிந்தார்.

எங்கள் கொள்கைக்கு மரியாதை கிடைத்தது. எங்களது அன்பான நடத்தை மதிப்பைப் பெற்றுத் தந்தது. நாத்திகம் மீது மோசமான கருத்தை சுயநலக்காரர்கள் உண்டாக்கி இருந்ததை நாங்கள் மெல்ல மெல்லப் போக்கினோம். எனினும் எங்கள்மீது ஒரு வெறுப்பு இருந்ததை நாங்கள் காணத் தவறவில்லை. அதனால் தான் காந்திஜி நாத்திகம் எனும் பெயருக்கு மாற்றுக் காணச் சொன்னார். இது சிரமமானதாக இருந்தது.

மது எனும் இளைஞர் பாராட்டத்தக்க சாதனையைப் புரிந்தார். அவர் தனது கிராமத்தின் பல்வேறு நற்பணிகளில் தன்னை இணைத்துக் கொண்டார். எனவே பணபலமும், ஜாதிப் பின்னணியும் கொண்ட பணக்காரர்களை விட்டு மக்கள் இவரைத் தமது கிராமத்தின் தலைவராகத் தேர்ந்தெடுத்தனர். பணக்காரர்களால் அவரை இரண்டுமுறை தேர்ந்தெடுக்கப்படுவதைத் தடுக்க முடியாததற்கு அவரது களங்கமற்ற நற்குணங்களே காரணம்.

லவணமும், அவரது துணைவியாரும் ஸ்டூரிட்புரம் எனும் குற்றவாளிகளே நிறைந்த கிராமத்தில் அவர்களை மாற்றும் கடினமான பணியை மேற்கொண்டனர். சுயநலக்காரர்களின் அச்சுறுத்தலுக்கு அஞ்சாமல் துணிவுடன் வேலை செய்தனர். அவர்களின் நற்பணியைக் கண்ட முதல்வர் J. வெங்கலராவ் தனது ஆதரவை அவர்களுக்குத் தந்தார்.

நாத்திக மையத்தின் புகழ் வெளிநாடுகளிலும் பரவியது. பல நாடுகளிலிருந்தும் விருந்தினர் வந்தனர். 1970ல் அமெரிக்காவில் நடைபெற்ற நாத்திக மாநாட்டுக்கு நான் சென்றேன். 1974ல் ஐரோப்பா முழுதும் பயணம் செய்தேன். நான் டெக்சாசில் மேட்லின் முரே

ஒஹெய்ர் என்பவரைச் சந்தித்தேன். அவர் பள்ளிகளில் பிரார்த்தனை, பைபிள் வாசிப்பு போன்றவற்றைத் தடுத்து நிறுத்தியவர். எங்கள் தொடர்பால் பின் அவர் நாத்திக மையத்தை டெக்சாசில் துவங்கினார்.

அடிலாய்டில் பகுத்தறிவாளர் சங்கத்தின் தலைவர் லாரன்ஸ் புல்லாக் என்பவரை சந்தித்தேன். அதன் பெயரை நாத்திகர் சங்கம் என்ற மாற்ற வேண்டும் என்று கருதினர். இவ்வாறு படிப்படியாக நாத்திகம் எனும் சொல் தக்க மதிப்பையும் இடத்தையும் பெறத் துவங்கியது.

சர்வதேச மனிதாபிமானிகள் சங்கமும், பகுத்தறிவாளர் சங்கமும் உலகின் பலநாடுகளிலும் நான் நாத்திகம் பற்றிப் பேச வாய்ப்பளித்தன. க்வாக்கர் எனும் மதம் சார்ந்த சமாதானக் குழு, நாத்திகம் பற்றி விவாதிக்க என்னை அனுமதித்தது. பொய்ப்பிரச்சாரம்,கெட்ட பெயர், ஒதுக்குதல் போன்ற அவதூறுகள், அவமானங்களை வென்று நாத்திகம் மனிதாபிமானம் வளர்க்கும் கொள்கையாக ஏற்றுக்கொள்ளப்பட்டது. நாத்திகத்திற்கான புதிய மரியாதை உருவாகத் துவங்கியது.

1970ல் படமாடாவில் உலக நாத்திக மாநாட்டை நடத்தினோம். 1972ல் மேட்லின் முரே ஓ ஹேய்ர் வருகை புரிந்து தலைமை ஏற்று மாநாட்டை நடத்தினார். மாநாட்டில் கோவையிலிருந்து வந்த நாத்திகர் R. கஸ்தூரி எனது நாத்திகம் பற்றிய நூலை (positivs Atheism) வெளியிட்டார். மார்க்ரெட் ரிஷ்,எட்வின் லின்ட்சின் அமெரிக்காவிலிருந்து வந்து பங்கேற்றனர். உலகின் நாத்திகர்களின் சாதனைகளை 'நாத்திகம்' இதழில் வெளிட்டோம்.

18. நாத்திக மையங்கள் எழுந்தன

நாங்கள் 1944ல் காந்தியைச் சந்தித்தபோது எங்களுக்கு எட்டு குழந்தைகள். இப்போது 9 குழந்தைகளும் மூன்று பேரக் குழந்தைகளும் உள்ளனர். நாங்கள் எப்படி இத்தகைய பெரிய குடும்பத்தைப் பொது வாழ்வில் இருந்து கொண்டு சமாளிக்கிறோம் என்று காந்தியே வியந்தார். எங்களது நாத்திகப் பார்வையும், வாழ்வுமே இதற்குக் காரணம்.

மனிதர்களிடையே வேற்றுமைகள் மனிதர்கள் உண்டாக்கினவே. ஜாதி, மதம், கலாச்சாரம் போன்றவை மனிதர் உண்டாக்கினவே. ஒருவர் ஏற்றுக்கொள்வதாலேயே, அது மனிதர் மீது சுமத்தப்படுகிறது. தனது சுயலாபத்திற்காகவே மக்கள் அந்த முத்திரையை ஏற்றுக்கொள்கிறார்கள். சொத்துடமை என்பது இல்லாத போது, வர்க்க பேதங்கள் ஒழிகின்றது. மக்களின் அந்தக் கலப்பு மூலம் இனபேதம் ஒழியும். பேதங்கள் ஒழிந்த சமுதாயம் சமத்துவமும், ஒற்றுமையும் மிக்கதாகத் திகழும்.

குடும்பம் என்பது திருமண உறவுகளால் உண்டாவதே. எல்லைகள் விரிவடைய உலகம் பரந்ததாகும். நட்பால் ஒன்றுபடுவோம். திருமணம், குடும்பம் போன்றவை மறைந்து போகுமா என்பது கேள்விக்கு அப்பாற்பட்ட எதிர்பார்ப்பு. குழந்தை, பாசம், உணர்வுப் பூர்வமான உறவு, உடமை உணர்வு போன்றவற்றால் லாபம் உண்டு. இதனால் சமூகப் பாதுகாப்பு கிடைக்கிறது. அரசும் இதற்கு ஆதரவு தருகிறது. சொத்துக்கள் பரம்பரையாக மாற்றப்பட சட்டம் இடம் தருகிறது. எனவே குடும்பம் எனும் அமைப்பு உறுதியாக வாழ்கிறது. இந்தக் குடும்ப அமைப்பை உடைப்பதா என்பதல்ல நாத்திகத்தின் இன்றைய கேள்வி. குடும்ப உறவை விட நட்பு உணர்வு உறுதியானதா என்ற கேள்வி எழுகிறது. மத ஒற்றுமை, உலக சகோதரத்துவம், கலாச்சாரச் சங்கிலி, இன உணர்வு, வர்க்க ஒற்றுமை என்பன கூட செயற்கையாக உருவாக்கப்படுவனவே.

நாத்திகர் இனம், மதம், மொழி, கலாச்சாரம், வர்க்கம் கடந்து நட்பு உறவைக் கொள்பவர். நாத்திக மையத்தில் அனைவரும் சமம் எனும் சமத்துவம் நிலவுகிறது. குடும்ப உறவுகள் கூடக் கொள்கையால் வலிமை பெறுகின்றன. குடும்பமே நாத்திகம் வளர்ப்பில் ஈடுபடுகிறது.

ஒருவருக்கொருவர் உதவும் மனப்பான்மையால், அதிக எண்ணிக்கை என்பது சுமையாவதில்லை. பெரிய சமூகமாக உணர்கின்றனர்.

S N. அகர்வால் ஒரு கண்ணாடி ஆலை உரிமையாளர். அவர் எங்கள் நாத்திக மையத்திற்கு வருகை புரிந்தார். எனது மகள் மைத்ரியும், எனது மருமகள் ஹேமலதாவும் பள்ளி நடத்துவதைக் கண்டு பெரிதும் மகிழ்ந்தார். கூட்டுச செயல்பாடு, மாணவர்களுடனான இனிய உறவு, ஆசிரியர்களின் ஈடுபாடு இவற்றால் மகிழ்ந்த அவர் பள்ளியின் தேவைக்கான கண்ணாடி பரிசோதனைப் பொருட்களை நன்கொடையாக வழங்கினார். கூடவே மூட நம்பிக்கைகளை ஒழிக்கும் கண்காட்சிகளை நடத்த நன்கொடை வழங்கினார். அவரே அதைத் துவக்கி வைத்தார். துர்காபாய் தேஷ்முக் தம்பதியினர் பங்கேற்று வாழ்த்தினர். அது போலவே கல்கத்தாவைச் சேர்ந்த பலசந்த்மோதா நிதி வழங்கியும் பொருட்களை அன்பளிப்பாகத் தந்தும் உதவினார்.

ஜோரன் மெர்கா என்பவர் ஸ்வீடனிலிருந்து ராணுவப் பயிற்சி பெற இந்தியா வந்தார். அவர் எங்கள் நாத்திக மையத்தில் 7 மாதங்கள் தங்கினார். மையத்தின் செயல்பாடுகளில் கலந்துகொண்டு அவரது பெற்றோர்களின் உதவிகளையும் பெற்றுத் தந்தார். எமது சேரிக் குழந்தைகளுக்கான பணிகள் தொடர ஒவ்வொரு மாதமும் தமது சம்பளத்தில் ஒரு பகுதியைத் தந்து உதவினார். நான் ஸ்வீடன் சென்றபோது என்னைத் தமது விருந்தினராகத் தங்கவைத்து உதவினர். அதுபோலவே ஜெர்மனியிலிருந்த டாக்டர் மார்லா தம்பதியினர் உதவினர்.

குழந்தைகள் வளர்ப்பிற்கு அரசு பொறுப்பேற்காததால், பெற்றோரே அனைத்துச் சுமைகளையும் ஏற்க நேர்கிறது. பெற்றோரின் குணங்களையே குழந்தைகள் பெறுகின்றனர். அவர்கள் தங்களது சொந்தக் காலில் நிற்கப் பழக்கப்படுவது அவசியம். பொதுமக்களால் வளர்க்கப்பட்ட, என் பிள்ளைகள் சுதந்திர உணர்வு பெற்றவர்களாக உள்ளனர். அவர்கள் பிரிந்து தனித்து வாழும் உரிமை பெற்றவர்களா கிறார்கள். எனது மருமகன் ராமலிங்கையா நாத்திக மையத்தின் கட்சியற்ற ஜனநாயகம் என்ற கருத்தை ஏற்றுக்கொள்ளாததால் பிரிந்து சென்றார். ஒரு ஹோமியோபதி மருத்துவராக வாழ்ந்து வருகிறார். ஆனால் வேறு யாரும் நாத்திக மையத்தை விட்டு விலகவில்லை.

என் பிள்ளைகள் மட்டுமின்றி நாத்திக மையத்தில் வாழ்ந்த கண்ணா, செல்லய்யா, ராமசாமி, மது, நாகையா, ரங்கராவ்,

கோபாலசாமி, வேணுகோபால், பானு போன்றோர் ஒரு குடும்பம் போலவே வாழ்ந்தோம். சமத்துவம் மிக்கதாக மையத்தின் பணிகளைப் பகிர்ந்து செய்தோம். ஒருவருக்கொருவர் உதவிக் கொண்டோம். லட்சியம் எங்களை ஒருங்கிணைத்தது. நமது பலம், பலவீனங்களே நமது வெற்றியை நிர்ணயிக்கின்றன.

உறவுகளும், சொத்து உடைமையும் ஒன்றுடன் ஒன்று பிணைந்ததாகவே உள்ளன. மாறாக நாத்திக உலகில் குடும்பம் என்ற எல்லைகள் தாண்டிய உறவு உண்டாகிறது. சுயலாபம், தேவைகள் கடந்து சமூக நலனுக்காகப் பணியாற்றும் உணர்வை நாத்திகர் பெறுகிறார். தனிப்பட்ட நலன், பெருமைகளை விடவும் சமூக நலமும், சமூக மேன்மையும், நாத்திக வாழ்வில் முன்னிறுத்தப்படுகிறது.

19. நாத்திகத்தின் எதிர்காலம்

நாத்திகருக்கு நேற்றைய அனுபவங்களை விடவும் இன்றைய செயல்பாடும், நாளைய சாதனைகளும் முக்கியமானதாக மதிக்கப் படுகின்றன. கடந்த கால நன்மைகள் இன்று நமக்குக் கை கொடுக்கின்றன. இன்றைய தேவைக்கும் நலனுக்கும் பொருந்தாதனவற்றையும், உதவாதனவற்றையும் நாம் விட்டொழிக்க வேண்டும். கடந்த காலம் பற்றி வீணான சிந்தனையும், ஈடுபாடும் நமது முன்னேற்றத்திற்கு உதவுவதில்லை. காலங்கள் மாறும் போது சிந்தனைகள் மாற வேண்டும். மத நூல்களும், சட்டங்களும் சுதந்திரமான சிந்தனைக்கும், செயல்பாட்டுக்கும் துணைபுரியாமல், கேள்விகளற்று அடிமைத்தனமாகப் பின்பற்றச் செய்கின்றன. சுதந்திர சிந்தனையை நெரித்துக் கொள்கின்றன. கேள்விகளுக்கு அப்பாற்பட்டன என்று சொல்லப்படும் எதுவும் முன்னேற்றத்திற்கு உதவுவதில்லை. அடுத்த தலைமுறை தீர்க்கதரிசி எனப் போற்றிய அனைவரும் தமது வாழ்நாளில் கலகக்காரர் என்று தூற்றப்பட்டவரே. அவர்கள் புனித நூல்களைப் புறக்கணித்தவர்கள், அல்லது புதிய பார்வைக்கு உட்படுத்தியவர்களே. புரட்சி என்பது பழமையைப் புறக்கணித்துச் சமைக்கப்படும் புதிய பாதையே. நாத்திகம் என்பது அத்தகைய புரட்சிக்கும், முற்போக்குக்குமான புதிய பாதையே.

ஆசிய ஆப்பிரிக்க நாடுகளின் நாகரிகங்கள் பழமையில் ஆழமாக வேர்விட்டன. அவை இன்றைய தேவைக்கு உதவக்கூடியனவாக இல்லாமல் குழப்பத்தில் உள்ளன. எனவே அவற்றின் குழப்பநிலை தீர நாத்திகம் இன்று உடனடியாகத் தேவைப்படுகிறது. நவீன யுகத்தின் மாற்றங்களும், தொழிற்புரட்சி, பொருள் முதல்வாதம் போன்றவை, பழைய மதம், கலாச்சாரம் போன்றவற்றில் முற்போக்கான புதிய பாதையை உடனடித் தேவையாக்கி உள்ளன.

புதிய நாகரிகத்தை விடவும், தொன்மை நாகரிக நாடுகளுக்கு நாத்திகம் அவசியத் தேவையாக உள்ளது. வளர்ச்சி பெற்ற மேலை நாடுகள் தொழிற்புரட்சியாலும், பொருள்முதல்வாதத்தாலும் முன்னேறியுள்ளன. ஆனால் அந்த வளர்ச்சியால் அவர்கள் உலகையே சுரண்டுபவர்களாகவும், போர் வெறி கொண்டவர்களாகவும் மாறியுள்ளனர். இதற்குக் காரணம் இவர்கள் மனித குலத்தை சகோதரத்துவத்துடன் அணுகும் மனமற்ற தன்மையே காரணம்.

அவர்கள் கையில் அகப்பட்ட விஞ்ஞானம் சுரண்டலுக்குக் கருவியாகி உலகையே அச்சுறுத்துகிறது. அழிவு ஆயுதங்கள், அணுகுண்டுகள் செய்து குவிக்கவே அவர்களுக்கு அறிவியல் பயன்பட்டுள்ளது. மக்களின் அறியாமையை, வறுமையைப் போக்க அறிவியல் பயன்படுத்தப்படவில்லை. எனவே கடந்த கால நாகரிகத்தின் மூடத்தனமும், நிகழ்காலத்து அறிவியலின் சுயநலமும் மக்களுக்கும், சமுதாயத்திற்கும் எதிரானதாகவே உள்ளன. நாத்திகமே இவை இரண்டிலும் உள்ள கேடுகளைக் களைந்து அவற்றை மனிதநேயம் மிக்கதாகவும், மனிதகுல முன்னேற்றத்திற்கு உதவுவதாகவும் மாற்றும் வலிமை படைத்தது. ஜாதி, மதம், இனம், நாடு, வர்க்கம் எனும் தடைகளைக் கடந்து மனித குலத்தை ஒன்றுபடுத்தும் ஆற்றல்கொண்ட நாத்திகமே இன்றைய உலகின் தேவை.

ஒரே உலகம், ஒன்றுபட்ட மனிதகுலம் என்பதைப் பகுத்தறிவு, மனிதாபிமானம் மூலமே நாம் அடைய முடியும். மதம், கடவுள், நாகரிகம் போன்றன மக்களை ஒவ்வொரு வழியில் பிணைக்க முடியாத தடைகளாகவே உள்ளன. நாத்திகம் இதை அடைவதற்கான அரசியல் கொண்டதாக இல்லாததால் இதை அடைவது தாமதமாகிறது. அரசியலே இன்று அனைத்தையும் நிர்ணயிக்கும் சக்தியாக உள்ளது. காந்தியின் நிர்மாணத்திட்டம்கூட அரசியல் கொள்கையாக்கப்பட வில்லை. அவர் அகிம்சை வழியில் நாட்டுக்கு அரசியல் சுதந்திரம் வாங்கித் தந்தார். ஆனால் நாட்டு நிர்மாண அரசியலின் அவரது பங்கு இல்லை. அந்த உன்னத லட்சியத்தை உணர்ந்து நடத்த யாரும் இல்லை. வினோபா அதற்கான மற்றொரு முயற்சியைச் சர்வோதயா் எனும் பெயரில் துவங்கினார். மிக சுறுசுறுப்பாகத் துவங்கப்பட்ட அது பின் சோர்ந்து துவண்டது. காரணம் அர்ப்பணிப்பு இல்லை என்பதில்லை, அரசியல் துணை அதற்கு இல்லை என்பதே. பதினைந்து ஆண்டுகளுக்குப் பின் அதைத் தொடர ஜெயப் பிரகாஷ் நாராயண் தொடர்ந்து அரசியல் செயல்பாடாக்க முயன்றார். மகத்தான மக்கள் எழுச்சி அவரால் எழுந்தது.

ஜனநாயகம் இன்றைய உலகில் கவர்ச்சி மிக்கது. கட்சி அரசியல் தகுதியற்ற சபலத்தை வளர்க்கிறது. அதுவே ஜனநாயகத்தைக் கேவலப்படுத்தியது. கட்சி வெறி. தலைமை வெறி எந்த அளவுக்குக் கொண்டு செல்லும் என்பதற்கு வாட்டர் கேட் ஊழல், வங்கதேச சர்வாதிகார வன்முறை, அவசர நிலைப் பிரகடனம் ஆகியன சிறந்த சான்றுகள். எல்லாக் கொடுமைகளும் ஜனநாயகத்தின் பெயராலேயே நடத்தப்பட்டன. பதவிக்கான போட்டி வெறியே அத்தனை

கொடுமைகளுக்கும் காரணம். எதிர்கட்சி என்பதே கேலிக்குறியானது. ஆரோக்கியமற்ற போட்டிகள், கேவலமான மதச் சண்டை போல நடக்கின்றன. கட்சி அரசியலின் கேடுகளால் நேர்மையான அரசியல் வாதிகளும், மக்களும் ஜனநாயகத்தின் மீதே நம்பிக்கையிழந்து, அரசியலையே வெறுக்கின்றனர். கட்சி அரசியலால் மக்களின் அரசியல் ஈடுபாடு குறைகிறது.

அரசியல் துறப்பு பயனற்றது. எனவே ஊழல், சுயநலம் ஆளும் கட்சி அரசியலுக்கு மாற்றாக, கட்சிகளற்ற ஜனநாயகத்தை உருவாக்க நாத்திகம் முயல்கிறது. இதன் மூலமே ஆற்றல் மிக்க ஜனநாயம் உருவாகும்.

கட்சியற்ற ஜனநாயகத்தை உருவாக்குவதே நாத்திகத்தின் எதிர்காலத் திட்டம். அதன் மூலமே சமத்துவம் கொண்ட மனிதகுலம் உருவாகும். தேசம், இனம், நிற வேறுபாடுகள் கொண்ட சமூகம் மறைந்து, ஜனநாயக உணர்வு கொண்ட கூட்டாச்சி உருவாகி, அதுவே மனிதகுலம் ஒன்றே எனும் ஒரே உலகிற்கு அடித்தளமாகும்.

ஐக்கிய நாடுகள் சபை என்பது ஐக்கிய மக்கள் சபையாக பரிமளிக்கும். நாத்திகமே இதற்கான மன எழுச்சியை உருவாக்க வல்லது. அமைப்புகள், இயக்கங்களுக்குத் தலைமை மக்களே என்ற தன்னம்பிக்கை மிக்க தலைமை உணர்வை நாத்திகமே மக்களுக்கு ஊட்டும். நாத்திகமே போரற்ற, அமைதி உலகுக்கான வழி. அடிமைத்தனத்திலிருந்து பூரண விடுதலைக்கு மனிதகுலத்தை அழைத்துச் செல்லும் உன்னத சக்தி நாத்திகம். மூடநம்பிக்கைகளிலிருந்து உண்மை உலகுக்கு மக்களை அழைத்துச் செல்லும் வழிகாட்டி நாத்திகம். முரண்பாடு, மோதல்கள் போக்கி, நட்பும், ஒத்துழைப்பும், ஒற்றுமையும் நிறைந்த உலகுக்கு நாத்திகமே. நம்மை வழிநடத்தும்.